VĂN HỌC MỚI
TẠP CHÍ VĂN HỌC NGHỆ THUẬT

PHÁT HÀNH MỖI THÁNG / 1 SỐ (1 NĂM 12 SỐ) Năm thứ VIII

Thư từ, bài vở, ngân phiếu - xin gởi về:
(Văn Học Mới - New Literature Magazine)

Tòa Soạn
(Newsroom)
To: HA NGUYEN
10291 Arundel Ave.
Westminster, CA 92683 - 5821

vanhocmoi4@gmail.com
ntlthu1016@gmail.com
tapchivanhocmoi.tho@gmail.com

https://tapchivanhocmoi.com
https://vanhocmoi.com

TRONG SỐ NÀY

NGUYỄN VĂN SÂM • NGUYỄN KIẾN THIẾT • HOÀNG XUÂN SƠN • NGÔ NGUYÊN NGHIỄM • SA CHI LỆ • PHẠM QUỐC BẢO • LÊ HỮU MINH TOÁN • TRỊNH Y THƯ • ĐỨC PHỔ •TRẦN QUÝ TRUNG • NGUYÊN CẨN • NIÊ A DŨNG • HÀ NGUYÊN DU • VŨ HOÀNG THƯ • LƯƠNG THIẾU VĂN • TUỆ TRUNG • SAN PHI • DŨNG NGUYÊN • HỨA HIẾU • NGÃ PHƯƠNG HUYỀN • VIÊN DUNG • HUỲNH LIỄU NGẠN • MINH NGUYỄN • KHALY CHÀM • NGUYỄN ĐẠI DUẪN • QUYÊN DI • NGUYỄN ĐÌNH TỪ LAM • TIỂU LỤC THẦN PHONG • TRẦN DANH THÙY • BẠCH XUÂN PHẺ • HỒ XOA • TRĂNG TIỀN PHƯƠNG • MỘNG YÊN HÀ • NGƯỜI SÔNG HẬU • NGUYỄN AN BÌNH • QUẢNG XUÂN • TRẦN QUANG CHÂU • NGUYỄN HỒNG LINH • TÔN NỮ MỸ HẠNH • LÂM BĂNG PHƯƠNG • LÊ KHÁNH NHÂM •

mục lục

VĂN HỌC MỚI SỐ 42

NGUYỄN VĂN SÂM • 9 viết về NVS tiếp theo kỳ 2 / phan tấn hải / nguyễn vy khanh/ trần v chánh/ ng đình hòa ...
NGUYỄN KIẾN THIẾT • 30 trích lược một số mảnh vụn văn học- kỳ 5
HOÀNG XUÂN SƠN • 37 c.ơ.n / chỉ số đường thơ
NGÔ NGUYÊN NGHIỄM • 39 Hoài Ziang Duy, biểu tượng một văn phong hiện thực đầy sáng hóa
SA CHI LỆ • 46 đam mê / giờ khai sinh trái đất
PHẠM QUỐC BẢO • 48 sống giữa sắc màu nhân sinh
LÊ HỮU MINH TOÁN • 61 cuối nẻo
TRỊNH Y THƯ • 62 đôi mắt của bóng đêm
ĐỨC PHỔ • 86 vô ưu / đôi lời
TRẦN QUÝ TRUNG • 88 mùa đông nhớ sài gòn
NGUYÊN CẨN • 89 phục binh
NIÊ A DŨNG • 96 cuộn thắt / bình gốm
HÀ NGUYÊN DU • 98 tính nữ và những linh ảnh huyền diệu trong thi ca phương đông/ "Sự Giới Hạn – Kẻ Thù Hay Người Canh Gác?"
VŨ HOÀNG THƯ • 115 gót đêm
LƯƠNG THIẾU VĂN • 116 lưu lãng khách, khúc ly ca của nhà thơ..
TUỆ TRUNG • 120 nỗi sợ
SAN PHI • 122 sóng tình / gió cuốn
DŨNG NGUYÊN • 124 cô tiếp viên
HỨA HIẾU • 133 biện bạch

NGÃ PHƯƠNG HUYỀN • 135 những tố chất gây sóng cho một bài thơ và sự vang dội cho một truyện../nghệ thuật đặc biệt để phổ thành..
VIÊN DUNG • 139 chiếc khăn em đội của mùa thu
HUỲNH LIỄU NGẠN • 142 dâu bể/trời xanh/giọt../muôn../đi mô
MINH NGUYỄN • 143 nghệ sĩ lang thang
KHALY CHÀM • 151 ám ảnh linh hồn bị../ âm thanh trễ mà tai...
NGUYỄN ĐẠI DUẪN • 153 chuyện tình bên dòng sông Sê Pôn
QUYÊN DI • 164 tia nắng mùa xuân
NGUYỄN ĐÌNH TỪ LAM • 166 cảnh đẹp quê xưa
TIỂU LỤC THẦN PHONG • 168 ta chưa hề cô phụ
TRẦN DANH THÙY • 169 bạn công viên
BẠCH XUÂN PHẺ 172 đường về quê
HỒ XOA • 173 chùm thơ hồ xoa
TRĂNG TIỀN PHƯƠNG • 174 sức mạnh chiến lược: bài học từ quân xe trong cờ tướng áp dụng cho cuộc đời và văn chương nghệ...
MỘNG YÊN HÀ • 178 bốn bản tình ca gửi nàng thơ
NGƯỜI SÔNG HẬU • 180 ký ức một dòng sông
NGUYỄN AN BÌNH • 181 nhớ đà lạt sương chiều
QUẢNG XUÂN • 182 kẻ rời ga / một đóa mai
TRẦN QUANG CHÂU • 183 ba mươi lăm năm
NGUYỄN HỒNG LINH • 184 thu xa
TÔN NỮ MỸ HẠNH • 185 trước khung cửa mùa thu
LÂM BĂNG PHƯƠNG • 186 tịch dương
LÊ KHÁNH NHÂM • 187 tôi khóc

MỖI KỲ VỚI CA KHÚC MỚI • 188 ngã phương huyền phụ trách
NHẬT KÝ VĂN HỌC • 196 bbt/ vhm ...
CHIA BUỒN ĐKG NGUYỄN THANH THU • 202
GIỚI THIỆU SÁCH NV PHẠM QUỐC BẢO • 203
TRẢ LỜI THƯ TÍN • 204
BÀI VỞ GỞI VỀ VĂN HỌC MỚI • 206
GIÁ BIỂU BÁO DÀI HẠN 12 SỐ • 207
GIỚI THIỆU NXB / VHM • 209 ...

LỜI TÒA SOẠN
Văn Học Mới Số 42
Tháng 7 Năm 2025

Quý thân hữu và các bạn thân mến,

Tháng Bảy về, mang theo những cơn mưa Sài Gòn êm đềm, gieo vào lòng ta bao nỗi niềm và hàng lớp ký ức. Mưa rơi như những bước chân chim, nhẹ nhàng chạm vào bến bờ xưa cũ, đánh thức hồn thơ ẩn sâu trong mỗi con người. Chuyện tình Ngưu Lang - Chức Nữ, dù là chuyện cổ tích hay là huyền thoại về một tình yêu trái ngang vượt lên mọi giới hạn, dẫu chỉ được hội ngộ một lần trong năm theo chuyện xưa kể.

Khi cầm bút viết những dòng này cho Lời Tòa Soạn thuộc trong tháng Bảy, cánh cửa ký ức trong tôi như mở tung, đưa hồn về miền thơ ấu—nơi những con chữ đầu tiên chập chững, nơi tiếng khóc nín câm vì chưa đủ ngôn từ để kể xiết một quê hương thấm đẫm máu lệ. Bao thế kỷ trôi qua, lịch sử vẫn như vở bi kịch bất tận với những hồi đoạn tang tóc, nơi nỗi đau dân tộc hóa thành tầng tầng lớp lớp oan khiên, tựa cảnh “nồi da xáo thịt”.

Có lẽ, chính vì những đổ vỡ quá lớn trong hiện thực mà ta vẫn tìm thấy sự an ủi trong chuyện cổ tích hay huyền thoại. - Và tháng Bảy - với cơn mưa ngâu muôn thuở—lại đưa ta về với chuyện tình đẹp mà buồn của Ngưu Lang và Chức Nữ xưa. Tình yêu ấy, dù bị trừng phạt, vẫn không hóa tro tàn. Họ chỉ được gặp nhau một lần mỗi năm—vào ngày Thất Tịch—khi trời rơi những giọt nước mắt yêu thương, hóa thành những cơn mưa lặng lẽ.

Ngày ấy—theo ký ức cổ tích—mưa ngâu nhẹ nhàng, dai dẳng và có hồn. Nhưng nay, Sài Gòn tháng Bảy là mưa ào ạt, mưa dứt khoát, mưa đổ thành dòng trên trang sách. Ngưu Lang – Chức Nữ thời nay, nếu có trở lại, chắc cũng chỉ dám nằm nhà, cùng khóc—hoặc đọc hết mấy tập Văn Học Mới rồi tiếp tục ngâm thơ đến cạn giọng, mà mưa vẫn chưa chắc chịu dừng!

Trong số báo thứ 42 này, chúng tôi hân hạnh giới thiệu:

Nội dung nổi bật

* Chuyên đề thơ đặc biệt với những thi phẩm mang âm hưởng cổ tích, huyền thoại, và khát vọng yêu thương trong thời đại đương đại.

* Bài tiểu luận mới về "Tính nữ và biểu tượng linh thiêng trong thi ca phương Đông"—một góc nhìn sâu sắc về văn hóa và tâm linh.

* Bài "Sự Giới Hạn – Kẻ Thù Hay Người Canh Gác?"

* Những áng văn thấm đẫm chất suy tư, ký ức, và đối thoại với cội nguồn văn hóa, đưa ta trở về với những giá trị bền vững. Hay lá các tác phẩm văn xuôi và truyện ngắn giàu tính thể nghiệm, nơi chất thơ hòa quyện cùng nỗi day dứt hiện sinh, chạm đến những vấn đề cốt lõi của con người.

* Một số bài viết nghiên cứu – phê bình sắc sảo, tiếp tục dọn đường cho tư tưởng văn học đổi mới mang dấu ấn triết luận, nghệ thuật, và nhân văn.

Năm 2025 đã đi qua hơn nửa chặng đường, nhưng tinh thần sáng tác và hợp tác của Văn Học Mới vẫn bền bỉ như men rượu lâu năm, càng ủ lâu càng đậm đà, càng ngấm thơm. Chúng tôi xin được tri ân những cây bút đã đồng hành, những tiếng nói đã thổi hồn, và những độc giả đã giữ lửa cho hành trình chữ nghĩa này. Chính các bạn đã tạo nên một Văn Học Mới vững vàng như một hồn tủ—nơi ký thác linh hồn và nhân cách văn chương của thời đại.

Trong số báo này, xin mời bạn lắng nghe tiếng mưa tháng Bảy bằng những trang văn lặng sâu, ngâm những bài thơ như ngâm chính tâm hồn mình. Và nếu may mắn, bạn sẽ gặp đâu đó một "Chức Nữ" của riêng mình—trong từng con chữ vừa dịu dàng vừa bi thiết.

Trân trọng,
BBT / Văn Học Mới

(Viết về Nguyễn văn Sâm - tiếp theo kỳ 2)

NGUYỄN VĂN SÂM

một truyện có ý nghĩa của Nguyễn Văn Sâm trong Tập truyện ngắn 'Quê Hương Vụn Vỡ'.

Phan Tấn Hải

Viện Việt Học California vừa xuất bản tập truyện ngắn của nhà văn Nguyễn Văn Sâm, người nổi tiếng về nhiều công trình nghiên cứu văn học nhưng cũng là một nhà sáng tác văn học với giọng văn rất Nam Bộ trong kiểu riêng của ông.

Bạn đã từng đọc Hương Rừng Cà Mau của nhà văn Sơn Nam, và đã nhận ra một giọng văn độc đáo Nam Bộ trong đó đúng là có hương rừng Cà Mau. Nguyễn Văn Sâm cũng là giọng văn rất là Nam Bộ, nhưng những dòng chữ của ông lại là một cực khác với Sơn Nam.

Trước tiên là bối cảnh truyện: Sơn Nam ưa viết về một thời đã xa vắng ở Nam Bộ với nhiều truyện ngắn bất hủ như Hát bội giữa rừng, Mùa len trâu, Cây huê xà... đó là một thời khai phá Miền Nam, và nếu gần hơn, thường chọn đề tài là thời trước 1975.

Trong khi đó, Nguyễn Văn Sâm trong tập truyện mới nhất, 'Quê Hương Vụn Vỡ', hầu hết ghi lại những gì tác giả nhìn thấy trong thời hậu nội chiến, khi, theo lời câu thơ của tác giả để đầu tập,

"Quê hương vụn vợ lòng man mác,
Đất nước tan hoang dạ ngậm ngùi."

Thứ nhì là văn. Lời văn Sơn Nam thơ mộng hơn, có thể hình dung rằng Sơn Nam đang đuổi bắt những giấc mơ đang biến mất khỏi đời sống dân Nam Bộ. Một người đang chụp bắt những Hương Rừng Cà Mau.

Trong khi đó, văn của Nguyễn Văn Sâm đau đớn hơn, khi kể về nỗi ngậm ngùi của ông Sáu Hấu, người bị cưỡng bức hồi hương và rồi phát nguyện suốt đời quét mộ cho cụ Phan Thanh Giản, hay khi kể về người làm nghề đổi chó (tức, nghề bán chó) khi bất nhẫn muốn bỏ nghề đầy tính sát sanh này...

Ngắn gọn, truyện của Nguyễn Văn Sâm mang nhiều nỗi

đau thời thế hơn.

Nhìn chung, SơnNam có lối văn bình dị, nhẹ nhàng, nói về những hình ảnh mà người dân miền khác, thí dụ Miền Trung và Miền Bắc, ít biết tới. Như truyện về anh phái viên đi thu tiền báo và Tư Có ở cái xóm Cà Bây Ngọp...

Trong khi đó, Nguyễn Văn Sâm nói về những chuyện dân Miền nào cũng biết. Có lẽ vì Giáo Sư Nguyễn Văn Sâm đã rời nước ra đi từ năm 1979, và những hình ảnh khi nhìn thấy một quê hương mà ông gọi là "vụn vỡ" nên ghi lại ưu tiên hơn. Dù nói thế, vẫn cần thấy rằng văn phong Nguyễn Văn Sâm có những chỗ biến hóa tân kỳ, như sau khi kết truyện Người Quét Mộ Cụ Phan, ông lại viết thêm mấy dòng "Lời Người Viết Truyện" để nói với nhân vật Sáu Hấu trong truyện. Cũng y hệt như chúng ta xem một vở kịch hậu hiện đại trên sân khấu, và kịch sĩ từ sân khấu bước xuống nói chuyện với khán giả...

Truyện Nguyễn Văn Sâm mang nhiều ngậm ngùi thời đại, nổi bật là truyện đầu tập, có tên là "Người quét mộ Cụ Phan", kể về ông Sáu Hấu, người bị cưỡng bức hồi hương từ Hồng Kông và tự nguyện quét mộ cho cụ Phan, trích đoạn như sau:

...Đó, tôi biếtông Sáu Hấu trong trường hợp như vậy bốn năm về trước khi thiết đặt chương trình đi thăm mộ các danh nhân trong nước. Mộ Phan Thanh Giản nằm ở cái xã nhỏ thuộc huyện Ba Tri, Bến Tre. Điều đầu tiên làm tôi thất vọng khi so sánh mộ Cụ Phan khiêm nhường ở trong một rẻo đất, chung quanh đầy nhà cửa dân chúng, cây cối mọc lan tràn lấn chiếm, trong khi đó lăng Nguyễn Đình Chiểu cách không xa bao nhiêu nằm ở một vị thế trang trọng, có đền thờ, có quá nhiều bậc thềm lên lăng, có mấy cô thuyết minh duyên dáng lịch thiệp, có nhiều người săn sóc, quét tước, tỉa cây và nhang đèn cung cấp cho khách viếng với giá tự nguyện.

..... Ông Sáu Hấu cười như mếu: 'Điều vui cho Cụ Phan là Cụ có bạn láng giếng', ông vừa nói vừa hất hàm chỉ về ngôi mộ của Võ Trường Toản ở gần đó. 'Nhà thơ Nguyễn Đình Chiểu chỉ có người sống đến làm lễ nầy lễ kia, còn đại thần Phan Phan Thanh Giản có bạn cõi âm cận kề tâm sự luôn luôn. Chưa biết điều nào làm thỏa lòng người đã khuất hơn!' Tôi buột miệng ngâm: Sanh tiền giáo huấn đắc nhân, vô tử nhi hữu tử... ÔngSáu Hấu làm tôi ngạc nhiên khi tỏ ra hiểu rành vế đối: 'Ừ! Cụ Võ không con mà có bao nhiêu học trò trọng nể coi như cha ruột. Cụ Phan có nhiều con cháu nay vì thời thế tản lạc tứ phương. Tôi quét mộ Cụ coi như là cháu chít tinh thần. Màcần gì máu thịt hả? Thương nể chân thành là được rồi.

Tôi thương mến Cụ vì tập Lương Khê Thi Thảo, tôi nể phục Cụ vì chén thuốc độc ung dung bưng đưa lên môi uống cạn.' Ngoài sân một con gà mái đương túc con, độ mười con gà con lông tơ vàng, dễ thương cách gì tít tít chạy theo mẹ. Chút nắng vàng èo uột sót lại trên tàng cây càng làm cho cảnh trí mang thêm nét tiêu điều cố hữu. Tôi hậm hực hỏi giống như tra vấn: 'Sao mộ Cụ Phan không được chánh quyền địa phương săn sóc trong khi ông là đại thần dính dáng đến lịch sử và đất địa nầy, ông đã sống tiết tháo và chết oai hùng với nhiệm vụ. Cụ Nguyễn Đình Chiểu chỉ là nhà văn lên tiếng chống ngoại xâm thôi, không có dịp chứng tỏ sự anh dũng bằng hành động dầu rằng văn ông bốc lửa khi nước nhà ngữa nghiêng?'

'Biết đâu nà! Muốn thì người ta làm, hơi sức đâu mà giải thích. Với lại ai dám hỏi mà người ta có dịp nói nà?' Tôi thích thêm tiếng nà chấm câu của ông Sáu Hấu, cũng như tôi thích tiếng cơ lúc còn học Trung Học qua miệng cô bạn cùng lớp mang dòng máu đất Thăng Long văn vật xa xưa. Nói chung tôi thích những tiếng ít người dùng như tía, chế, hia, như mình ên, như huốt, như thây nó.

Thích tiếng, lắm khi tôi thích luôn người xài tiếng đó mà không biết tại sao. Trong năm đầu tiên vô Đại Học tôi quấn quít bên thằng Ngầu, nó là kho tàng tiếng địa phương mà tôi chưa có dịp khám phá. Thích tiếng lạ, tôi lại mê những vật có tên là lạ, tôi thích cầm cái ky, mân mê cái chày vồ, ưa rờ cái khạp da bò, thích ngồi mép đít trên thành cái mái vú to tổ chảng, thích lột ăn từ lớp từ lớp bánh pía ngon lành, thích thưởng thức bánh thửng, mè xửng, bánh còng, bánh khọt, bánh tai heo, thích nhìn ngắm mấy lớp bánh da lợn màu mè

Tóm lại, tôi khoái nghe những tiếng lạ lạ, chơn chất không tìm thấy trong văn học, chỉ tồn tại bằng giọng nói của người bình dân nơi thôn quê ruộng rẫy. 'Nè ông Sáu!' Tôi giải thích theo kiểu khiên cưỡng là đất nước mình cần anh hùng. 'Dám chống lại giặc, đối đầu với lực lượng áp đảo của giặc là anh hùng. Giao thành cho giặc xong dầu uống thuốc độc tự vận cũng là đầu hàng giặc, đâu thể gọi là anh hùng được phải không? Hạ bệ là phải thôi.' Ông Sáu Hấu bình thản quấn điếu thuốc sâu kèn, đốt lửa, bập bập: 'Chuyện đời, ở bên ngoài biết hết bí ẩn bên trong được đâu nà! Giao thành để cứu dân ba tỉnh hay nướng hết dân đen ba tỉnh cho súng lớn súng nhỏ cái nào hay? Nói nhón một câu, khó biết lắm ông Việt Kiều ơi!

Bàng nhơn thiên hạ phê bình thì dễ, tới chừng đụng chuyện mới biết khó dàng trời mây, bứt hết tóc cũng tính không ra kế.' Tôi nhột khi bị kêu bằng Việt Kiều. Chẳng biết tại sao nữa, nhưng mà áy náy giống như mình làm điều gì sai trái người ta biết tẩy nhưng không nói ra. Có lẽ tôi mặc cảm trước việc làm vô vị lợi của ông già gầy còm nẩy trong khi mình mạnh khỏe bảnh bao thọc tay vô túi quần đứng ngó. Tôi nói đẩy đưa cho có chuyện: 'Và ông cho rằng biết thời thế để xử trí như Cụ Phan là anh hùng. Quét lau mộ Cụ, ông chứng tỏ rằng mình theo bảng giá trị khác với người đời phải không? Nói thiệt đi ông bạn!'

Tôi dùng chữ ông bạn với giọng thân mật, cầu hòa. Ông Sáu Hấu ngó xuống cườm tay mình, đen mốc, khét nắng, sần sùi thẹo, rải rác mấy chỗ da chai, không trả lời thẳng, chỉ nhẹ nhàng: 'Ừ thì làm nhón vậy mà. Cực khổ gì đâu chú em. Ngồi ngó mong ra ngoài sân cũng hết ngày, hết đời. Bóng thiều quang có chờ đợi ai bao giờ đâu. Quét tướt quơ quào ba cái lá khô, mấy đống chó ị cho mát dạ tiền nhơn vậy mà! Tôi nói bậy bạ vậy mà chú em thấy phải không chớ?' Ông đứng dậy, hai cái ống quần xà lỏn hơi rộng, đong đưa trong khoảng không giữa lớp vãi quần xám mốc và bắp chân đen đủi như khúc củi mục nhỏ xíu của ông, tay với lấy cây chổi tào cau, tay cầm nùi giẻ bỏ vô một cái sô lưng lửng nước.

Bộ tịch hơi chậm, chưn đứng lên run run. Tuổi già ở quê tới mau hơn dân thành thị. 'Đi! Tôi phải quét mộ cụ. Mặt trời xuống chút nữa thì tụi nhỏ cặp nẩy cặp kia ngồi choáng chỗ khó lau quét.' Tôi đề nghị xách giùm ông sô nước, ông Sáu Hấu từ tốn gạt nhẹ tay tôi ra điều nói mình chưa già.

Nơi mộ danh nhân kia, bóng chiều đã xuống nhiều, gió mát lạnh. Hai ba cặp trẻ đã giành những chỗ tốt, mấy chiếc xe gắn máy dựng che nửa hở nửa kín cho chỗ tình tự, mân mơn. Ông Sáu Hấu lui cui quét dọn, như mình không có mặt trên cõi đời nầy.

Ông nói nhỏ với tôi: 'Đừng ngó bọn trẻ. Mắc cở tội nghiệp. Tuổi mới lớn thời nào cũng vậy thôi. Hưởng, mai tính theo mai.' Ông nheo mắt mặt như dân chơi thứ thiệt: 'Hôm nào huỡn huỡn mình ôn lại chuyện cũ đời mình coi. Đâu thua gì chúng nó đâu nè!'

QuaTết, tôi mượn cớ dò đọc bài văn bia trên mộ Cụ Phan, lâu rồi hứa chép tặng mộtcơ quan văn hóa ở bên nầy, nên xuống lại vùng mộ Cụ để có dịp nói chuyện bá vơ với ông Sáu Hấu. Thấy gần cả chục dưa bự xộn bỏ lăn lóc trong góc nhà, tôi xuýt xoa rằng ông ăn Tết quá lớn, ông giải thích: 'Thằng Tám Chinh cho người đem tặng đó, tôi đâu thèm nhận.

Của ăn cắp, nhận mang tiếng chết. Tuần trước gần ngã ba đường cái có hai xe tãi chỡ dưa, giành lấn đường sao đó mà một xe lật nhào xuống ruộng, dưa bể lăn lủ khủ, tài xế cà nhắc bỏ chạy trốn, dân chúng hè nhau tới hôi dưa mang về chưng Tết. Bậy hết chỗnói! Đã vậy mà thằng Tám Chinh còn thị thiềng cho bà con của nó đem xe ba bánh tới chỡ ra chợ bán. Tôi la rầy phản đối, nó trám miệng bằng mấy trái dưa ế nầy, nói là để kiếng Cụ Phan. Nói kiếng Cụ Phan thì tôi phải nhận nhưng mà chỉ để đó, thủng thẳng rồi tính. Vong hồn Cụ đâu chứng giám kiểu ăn cướp có ba tăng nầy mà kiếng với cúng.' Tôi buột miệng nói một câu lãng nhách, hớ vô cùng: 'Thôi mình lấy một trái xẻ ăn, còn bao nhiêu trả lại tụi nó.'

Sáu Hấu đỏ bừng mặt, lớn tiếng phản đối: 'Ông là Việt Kiều mà nói vậy nghe được sao? Muốn ăn thì tôi ra chợ mua về một cặp mình ăn cho đã luôn. Của nầy là của bá vơ, ăn nuốt làm sao trôi khỏi cổ?'

Tôi phải cười mơn, giả lả là nói chơi, ông Sáu Hấu lâu lắm mới nguôi nguôi cơn giận. Lúc sau tôi giả bộ thiệt thân tình hỏi về vợ con, ông ngâm nga theo điệu thơ Quê Hương: Chuyện chồng con khó nói lắm anh ơi. Rồi ông kéo áo lên khỏi bụng:

'Xin lỗi ông Việt Kiều nha, tôi không tính cho ông biết cái vụ nầy nhưng mà...

Thôi! Cái thẹo chần vần như vầy mà vợ con gì nữa.'

'Sao lạ vậy kìa?'

'Thuyền tui tới Hồng Kông sau khi ở đây đã hết hạn tiếp nhận người tỵ nạn cho nên họ nhốt hết nguyên đám vô tù. Rạc ràng chừng hơn hai năm thì có chuyện cưỡng bức hồi hương. Mẹ, mình đã đánh đố với Tử Thần để đi thoát mà giờ đây bị cưỡng bức hồi hương vì là người khách đến trễ giờ thì có là ăn c.

Biểu tình hoài mà họ cứ trói từng người liệng lên xe trả về, từng đợt, từng đợt. Tụi tui 9, 10 đứa xung phong rạch bụng tự tử để phản đối. Máu chảy ngập sân, nhầy nhụa đỏ gạch mà nhân loại ngủ hết, chẳng ai lên tiếng lên tăm. Mấy đứa chết thẳng cẳng, còn mấy đứa ngất ngư. Tôi tỉnh dậy thì thấy mình đương ở trên máy bay bay về nơi xuất phát, bụng còn băng mấy lớp, máu tươm ra thấm đỏ áo. Cô nhân tình bé bỏng mất liên lạc từ đó.'

Tôi thở dài: 'Thôi thì là "số mạng" hết ông Sáu à! Ở đâu cũng là do thiên định sẵn rồi. Bôn ba chẳng qua thời vận. Cần là mình sống cho phải đạo. Quét mộ Cụ Phan, ông ơi, phải đạo hơn ngàn lần làm Việt Kiều quậy phá, ăn cắp ăn gian tiền nọ tiền kia của đất nước rộng mở bao dung.'

Sáu Hấu vui hơn đôi chút, tâm sự: 'Thời gian ở trại, những đêm mưa rỉ rã, âm thanh giọt mưa gõ lên mái tôn trong đêm vắng nghe như nhạc chết, nói lên cái tương lai đen tối của người chẳng có quê hương. Thêm buồn vì sự tranh đấu phải giữ kín, không dám lộ, tôi ngâm nga mấycâu thơ của Cụ Phan làm khi Cụ *đi xa không thể ngủ:*

Nằm không ngủ đêm thành dài vô tận,
Nín lặng thinh ý tưởng hóa thâm trầm.
Năm tàn hết chuyện ngày qua tồn đọng,
Trở thành xưa cổ tích của ngàn năm.
Sông trôi chảy sánh thời gian tuôn lướt,
Vầng trăng kia soi mượt đỉnh cô phong.
Mang tâm sự biết ai đâu kỳ vọng,
Khách địa buồn đau xoáy buốt thân tâm.

'Về lại đất nước mình, sau thời gian lăn lóc kiếm ăn khó

nhọc, tôi trôi dạt tới đất địa linh nầy. Thấy mộ Cụ Phan điêu tàn, gà bới, chó chạy rong ị bậy, bọn trẻ xả rác lềnh khênh, mấy đứa chăn trâu đập bể đá cẩn, khẻ khờn mép bia. Nhớ lúc ở trại trong vòng rào kẻm gai, tôi nuôi sống tâm hồn mình bằng bài thơ Bất Mỵ (Không ngủ) của Cụ nhờ đó khỏi điên,khỏi nhảy lầu, tôi phát nguyện"... Tôi đứng bật dậy, đưa hai tay bắt tay người bạn già, nâng niu như bàn tay một người trưởng thượng trong gia đình lâu ngày không gặp. Chúng tôi nhìn thẳng vào mắt nhau, chẳng cần nói điều gì thêm.

Mấy năm rồi hễ có ai về tôi đều nhờ ghé tìm thăm ông Sáu Hấu của tôi.

Chẳng ai cho được một chi tiết cụ thể nào. Ai cũng nói hỏi không ra, không biết ông đi đâu rồi. Cái ao cá hố bom trước nhà ông bây giờ đã lấp mất, biến vào Không như dật sử đời ông. Sau cùng có người mơ hồ cho tôi biết ông vấp miểng sành hay đạp miểng bom, đinh sét gì đó rồi bị phong đòn gánh giựt chết. Riêng tôi nghĩ rằng ông đã lìa bỏ xác phàm, xa rời cõi có - không trần cảnh để đi vào cõi không rốt ráo. Ông hóa thân xuống ban dạy từ bi cho người đời, thức tỉnh lòng hỉ xã trong tôi lâu nay đương mê ngủ. Có thể công nghiệp đã xong, ông chọn cách tịch gây nhiều cảm xúc nhằm nhắn nhủ gì đó với đời, chẳng hạn như: Đất nước chưa thật sự an lành, nỗi rủi ro bất hạnh vẫn đương rình rập dân đen từng giờ!

Biết đâu được nà! Bài học ở đời nhan nhản quanh ta, khó là tự ta phải biết tìm ra bài để học. Ở phương trời xa xôi, đôi lúc ngồi ngắm mây trời phiêu lãng trôi, nhớ xứ sở, tôi trách thầm khi thấy mình ngày đó ngu ngơ không giải nỗi bài toán tại sao ông Sáu Hấu lại quét mộ Cụ Phan. Ông Sáu Hấu đã gián tiếp cho lời gợi ý: 'Giữa người yếu khôngthể tự vệ là dân ba tỉnh Miền Nam và kẻ xách vũ khí đi xâm lược là thực dân Pháp ai là kẻ đáng tôn vinh, ai làngười nên xếp vào hàng bất xứng?'

Nguyễn Văn Sâm Victorville, CA, June 1-10, 2011

Lời người viết truyện: Ông Sáu Hấu à! Thường truyện ngắn viết hết truyện thì thôi, thậm chí tác giả cũng không có quyền giải thích về tác phẩm của mình, phải trao toàn quyền hiểu như thế nào cho từng độc giả. Xin ông Sáu Hấu bỏ qua cho vài ba điều ông không muốn nói mà tôi đã nói, nhiều đoạn tôi hơi cường điệu chút đỉnh. Ông còn sống hay đã mất quan trọng đối với một đời người nhưng không quan trọng đối với bài học người đó trao truyền cho đời, do đó tôi nói lại chuyện của ông mà sẽ không đi tìm nơi ông an nghĩ dù chỉ để thắp một nén hương. Xin ông hiểu cho.

Về các chi tiết: Lăng mộ cụ Phan và Cụ Võ ở tại xã Bảo Thạnh, huyện Ba Tri, tỉnh Bến Tre. Lăng mộ Nguyễn Đình Chiểu tại xã An Đức, cùng huyện. Câu đối ở mộ Cụ Võ:

Sanh tiền giáo huấn đắc nhân, vô tử nhi hữu tử.
Một hậu thịnh danh tại thế, tuy vong giả bất vong.

Bài Bất Mỵ (không ngủ) của Phan Thanh Giản trong Lương Khê Thi Thảo:

Bất mỵ tiêu hà vĩnh/
Vô ngôn ý chuyển thâm/
Chung tuế tích xuân hạ/
Lãi vãn thành cổ câm/
Giang lưu tranh nhật quỹ/
Minh nguyệt quá cô sầm/
Hữuhoài phục thùy ngữ/ Đao đao du tử tâm.

Giáo Sư Mai ThanhTruyết trong lời bạt cuối tập Quê Hương Vụn Vỡ đã viết, trích:

Bạn Sâm thân mến,

Bạn nhờ tôi viết Lời tựa hay Nhận định tác phẩm mới vừa viết xong của Bạn. Cảm tưởng đầu tiên của tôi sau khi đọc hết bản thảo của cuốn sách là bạn làm cho người đọc thấy lại toàn cảnh ở Việt Nam những năm đầu tiên sau 1975. Từ những mánh mung ở đầu đường xó chợ cho đếnnhững câu nói đầu môi chót lưỡi mà người dân sống ở miền Nam trước 75 chưa hề nghe đến.

Cả một xã hội hoàn toàn bị đảo lộn theo chiều hướng hết sức tiêu cực ở tất cả khía cạnh sinh hoạt trong đời sống hàng ngày của người dân chất phác miền Nam. Có thể nói đây là cuốn sách đầu tay của bạn viết về những vấn nạn của Đất và Nước sau 1975, mặc dù bạn đã viết rất nhiều sách về chữ Nôm và những câu chuyện đồng quê, câu chuyện có tích cách mặc dù nói về những vấn đề nông thôn nhưng đượm tình dân tộc và có tính cách luân lý giáo khoa thư...

...Nhưng điểm quan trọng nhứt trong tâm cảm của hai đứa mình là có cùng một một Tâm và Tầm. Tâm là một tâm lành trong việc góp phần vào công cuộc giáo dục. Tầm là viễn kiến về một tương lai đất nước trong tinh thần vô vị lợi... '(hết trích)

Phan Tấn Hải

Đọc "Khói Sóng Trên Sông" của Nguyễn Văn Sâm.

Nguyễn Vy Khanh

Tìm hiểu hành trình văn nghệ của một số nhà văn thế kỷ XX, chúng tôi thích thú khám phá Nguyễn Tuân, Xuân Diệu viết phê bình văn học đặc sắc không thua gì thơ văn của họ: Nguyễn Tuân độc đáo khi viết tổng luận về Tản Đà, Vũ Trọng Phụng, Nguyên Hồng, Nguyễn Du, cũng như Xuân Diệu khi viết về Nguyễn Du, Hồ Xuân Hương. Đó là những văn nghệ sĩ đi từ sáng tác đến thể loại phê bình, khảo cứu. Nguyễn Văn Sâm là một trường hợp ngược lại, có thể do hoàn cảnh phải sống xa quê hương, ông khởi đầu sự nghiệp với những công trình nghiên cứu nghiêm túc về văn học trước khi sáng tác, viết truyện. Các biên khảo của ông đều lấy chủ đề là văn họcmiền Nam (Văn Học Nam Hà, Văn Chương Tranh Đấu Miền Nam, Văn Chương Nam Bộ) là những đóng góp độc đáo cho mảngvăn học thường không được đánh giá đúng mức này. Ông đã đi xa hơn hai cuốn Văn Học Miền Nam của Phạm Việt Tuyền và Đông Hồ và đã đưa vào văn học sử mảng văn họcyêu nước và kháng chiến của miền Nam, phần nào "chính danh" lại cho những văn nghệ sĩ miền Nam vốn vẫn bị đảng cộng sản sử dụng cho chiêu bài "yêu nước" của họ.

Về sự chuyển hướng, chính tác giả Nguyễn Văn Sâm đã cho người đọc biết : "Qua Mỹ viết truyện ngắn vì những thôi thúc phải nói lên sự suy nghĩ của mình về quê hương và thân phận người Việt ngay trên quê hương hay lạc loài tha hương"(Bìa sau, Khói Sóng Trên Sông.). Về sáng tác, Nguyễn Văn Sâm đã xuất bản Câu Hò Vân Tiên (1985), Ngày Tháng Bồng Bềnh (1987). Trong bài này chúng tôi viết về tập truyện Khói Sóng Trên Sông mới do tạp chí Văn xuất bản đầu năm 2000, đúng ra là một vài cảm tưởng về thể loại truyện ngắn và văn chương miền Nam, qua chữ nghĩa của Nguyễn Văn Sâm.

Tập truyện Khói Sóng Trên Sông gồm 14 truyện ngắn về hai chủ đề chính: quê người và quê nhà. Hãy nói chuyện quê người trước. Truyện Khói Sóng Trên Sông là truyện cuối được dùng làm tựa cho cả tập, viết về đời sống nơi xứ người nhưng ở đây, cũng như các truyện ngắn khác về cùng chủ đề, hình như các nhân vật tiếp tục kéo dài nếp sống ở quê nhà nhiều hơn là những bận tâm hội nhập.

Trước khi tác giả đưa người đọc đến bến sông bồi   khói sóng, hai nhân vật Chuyên và Vũ đã phải trãiqua sàng lọc hội nhập. Về vấn đề hội nhập, tác giả không dùng dao to búa lớn, chỉ gợi cảm qua hình ảnh, tình cảnh. Chuyện hai chị em Chuyên và Vũ ở Tiểu Sài-Gòn, còn là chân dung cộng đồng người Việt ở Hoa-Kỳ nói chung với những nhân vật có máu lãnh tụ... ở xứ người, sống bằng trí nhớ dù thời gian qua vẫn không ... phôi pha, thường tưởng tượng, thêm thắt, điểm phấn.

Ở quán nước Chuyên làm hầu bàn, họ là những "tục khách": "Những khuôn mặt mang nụ cười nham nhở. Những hàm răng cáu bợn thức ăn. Những hơi thở nồng hơi bia xú với thực phẩm chưa kịp tiêu hóa, tạo thành mùi cám heo lâu ngày, chuyển mùi. Chuyên muốn gạt phắt những chúng sinh lô nhô chung quanh sang một bên để chạy mau về phòng mình nằm sải tay thở những hơi dài trút hết những ưu sầu, chán chường ra khỏi tâm tư" (tr. 250).

Thế hệ của Chuyên lớn lên khi cuộc chiến đã chấm dứt, phải sống trong xã hội cộng sản rồi vượt biển bị hiếp đáp: "Ngày trước lạnh lùng giết nhau trong cái dửng dưng của không hận thù, ngày nay lạnh lùng làm khổ nhau đến chết trong bầu không khí tràn đầy hận thù âm-ỉ. Các chú, các bác mau chân nhanh tay chạy vọt qua đây đâu thấychúng tôi bị hành hạ đủ điều đâu..." (tr. 247).

Chuyên lợm giọng trước những người thích tới quán để sống cái quá khứ vẽ vời và sống ảo tưởng "anh anh em em" với các cô gái đáng tuổi con cháu.

Tình yêu, cuộc sống của Chuyên, cũng như nhiều người tị nạn khác, phải sống cái bi đát ở giữa hai văn hóa, hai thế giới :

"Khoa ở đây, Hùng quê nhà; tình người ở quê vương vấn vì nhiều kỷ niệm, vì khởi từ gốc rễ, thành ra dễ lơ là với tình bạnmới, Chuyên tự hỏi "tại tôi không biết điều chỉnh nhãn quan để phù hợp với cuộc đời mới bon chen bên này?..." (tr. 249).

Đến khi mất tình yêu ở Việt Nam, Chuyên mới nhận ra mình "chỉ là một con vật nhỏ dặt dờ theo con sóng đời trôi dạt. Nhưng sao tôi nghe muôn ngàn đổ vỡ tàn khốctrong hồn, nghe hụt hẫng như mình không còn quá khứ,hôm qua được sanh ra và hôm nay là tôi của hiện tại,tâm hồn trống không" (tr. 256).

Trong khi tình yêu ở xứ người là những bất ngờ. Martha, người yêu của Vũ, em Chuyên, đã ngoại tình dù đang có chửa, đang "mang mển" - nói như Nguyễn Văn Sâm. Một hội nhập không lối thoát mà rồi cũng chẳng đưa đến đâu!

Trong những truyện khác, đề tài hội nhập được nói đến và thường là những vấn nạn, như cha mẹ già cả bệnh tật con cháu phải chăm sóc trong khi phải bon chen với đời sống mới, trong Mát Lạnh Tuổi Vàng, như những va chạm với người dị chủng có khi gây hiểu lầm, trong Ông Già Noel Có Thật, như nếp sống cá nhân và cô đơn của giới thiếu niên đưa đến những thảm cảnh bị dụ dỗ,trong Người Bí Mật Chiêm Ngưỡng, ...

Dù rồi cũng thành công, cũng sống còn, đi lên nữa là khác, nhưng đời sống hội nhập không khỏi có những khó khăn cho các thế hệ hãy còn nhiều liên hệ với quê hương. Bởi thế khi hoàng hôn xuống, thời điểm mà con người xa quê thường nhớ nhung, hay hướng về chân trời thân thương cũ, nhất là khi đứng trước con nước xứ người, giữa cái mơ hồ, đời mới cũ, tâm sự u uất vì nói không ai hiểu, không có ai hoặc không ai có thể hiểu. Tác giả không nhắc nhở nhưng đã dùng ý câu 8 của bài Hoàng Hạc Lâu của Thôi Hiệu để đưa người đọc đối đầu trước một tình cảnh sống, trước câu hỏi đâu là quê hương! "Yên ba giang thượngsử nhân sầu" như một kết cục tất yếu của hạc vàng vang bóng của ngày cũ, của quá vãng, của người xưa, đi không trở lại; mây trắng mênh mông, càng mênh mông thêm nỗi buồn xa xứ!

Khi viết chuyện ở xứ người, câu văn Nguyễn Văn Sâm thường ngắn gọn, ít vần và đối, nhưng trái lại, khi tả chuyện quê nhà với những nhân vật thật "lục tỉnh" gắn liền với quê hương, thì câu văn dài dòng như có thế mới nói hết được tâm sự, mới tả hết được dáng cách con người và góc cạnh của những khu phố, đường làng quê!

Như Nước Trong Nguồn là một truyện ngắn viết về số phận của một chàng thanh niên què quặt xưng "tôi", mặc cảm ngập trời về thân thể của mình mà lại luôn luôn thèm khát xác thịt đàn bà, cuối cùng đành chịu lấy một thiếu nữ đã có bầu với kẻ khác, qua sự sắp xếp của bà mẹ. Hương Cỏ nhắc nhớ một mùi hương sống động của quê hương qua chuyện "gái bao" của một Việt kiều "già dịch". Âm Dương là cuộc sốngkhốn khổ ở quê nhà sau ngày "giải phóng". Một quê hương rất tha thiết, bùi ngùi! Người xa quê như luôn trông về quê nhà, nơi đó có "ngôi nhà tràn ngập tình gia đình, đứng nép mình bên bờ con sông lớn ngàn đời sóng vỗ (...) tất cả đều là khói sóng trên sông cả" (tr. 263).

Quê nhà ngập trí nhớ, nên từ một điểm ký ức nào đó cũng có thể phóng ra cả một quãng đời hay mảnh đời đã qua nhưng vẫn sống động! Trong Quê Hương Mình, thế giới của thầy Năm với chiếc ghe cá đi khắp nẽo sông bến nước, của dì Tư và anh em thằng Đực. Hễ nhắc tên Chợ Đệm đã "gợi trong lòng dì cảm giác bồn chồn xao xuyến. Đường về không xa, nhưng sao bao năm nay đâu dám nghĩ tới!" (tr. 189). Thật vậy, Quê nhà là những địa danh thân thương. Trong Theo Gót Huyền Trân, người đọc như "thấy" lại Sài-Gòn, Khánh Hội, Chợ Lớn, xóm Mả Ngụy, đồng Tập Trận, ... của những người lục tỉnh lên chốn thị thành nhiều cạm bẫy, bất ngờ, của những "tây-tà ,chà-và, cắc-chú", của một thuở xa xưa! Một Sài-Gòn mà "bàng dân thiên hạ hướng về Sài-gòn như thể hoa quỳ hướng dương" (tr. 51). Nhân vật xưng tôi trong Biển Trời Lai Láng tâm sự: "Sài-gòn đối với tôi thân thiết đáng nhớ, xa trong thực thức nhưng tiềm thức không bao giờ xa. Bao nhiêu đó đã là quá đủ. Một vài chi tiết cụ thể về nơi nầy nơi nọ, người nầy người kia, nói cho cùng, cũng chỉ như một nhúm sao nhỏ nhoi trong vũ trụ bao la của triệu triệu dãy Ngân Hà" (tr. 158). Kể Chuyện Ngày Xưa đưa người đọc trở về Mỹ Tho và ngôi trường Nguyễn Đình Chiểu của hôm nay: "Bây giờ thì tang thương đến cả từng mảnh nhỏ của ngôi trường vì người ta không làm tròn nhân luân" (tr. 131); tang thương cho cả người cũ về thăm cảnh xưa vốn đẹp trong trí nhớ. "Lá me vàng úa bay lã tã, lượn lờ trong không gian, như xúc động bùi ngùi đưa tiễn, rớt lấm tấm trên cái đầu bạc trắng của người thầy giáo già mất quê hương và mất luôn cả kỷ niệm" (tr. 132). Kiếm tìm có khi chỉ đưa đến thất vọng!

Quê hương còn là những mùi hương, mùi thơm của hoa, của đất,... Truyện Tình Đất bắt đầu với "mùi thơm thoảng quyện mơ hồ" của bông lài; truyện chấm dứt với lời thú đậm tình: "Bao nhiêu năm nay tôi thường chiêm bao thấy mình đương ở trong căn nhà cũ. Tôi thấy mình tưới nước bông lài buổi sáng sớm mai. Tôi cảm nhận được rõ ràng mùi bông lài thơm nhè nhẹ trong không khí, một mùi quen thuộc mà tôi không thể nào gặp được ở bất cứ chỗ nào..." (tr. 240). Sống ở quê người mà vẫn có cảm giác như đang sống ở quê nhà. Cảm giác của mộng mị trở thành ảo giác khi phải trực diện với cuộc đời trước mặt, nhưng trong trí nhớ thì ngập tràn. Nhưng quê nhà cũng là những mùi hôi của những chốn bùn lầy nước đọng của người ăn xin, của những trẻ đi lượm cá sình ở chợ (Quê HươngMình, tr. 178-179). Sống ở xứ người có lúc "nghe" được mùi thơm bí ẩn tỏa ra từ một Việt kiều "già dịch" như mùi hương cỏ, như "mùi hương con gái" (tr. 108). Khứu giác người xa xứ không lầm, nhưng khi hiểu nguồn gốc mùi thì hương cũng mờ thoáng lần! Đã vậy trong cái xã hội người Việt xa xứ có những mùi hôi của những "khuôn mặt mang nụcười nham nhở (...) những hơi thở nồnghơi bia xú với thực phẩm chưa kịp tiêu hóa, tạo thành mùi cám heo lâu ngày, chuyển mùi..." (tr. 250).

Quê nhà cũng còn là những tiếng động, tiếng người, của chợ Tết trong Tình Đất, ồn ào náo động đó rồi vãn chợ cũng nhanh: "Chợ ba mươi Tết kỳ lắm, đông như họp chợ âm phủ mà chừng trời đứng bóng thì tan gần hết, lác đác còn lại còn thua chợ ngày thường nữa..." (tr. 224). Nào là những tiếng động của Sài-Gòn ngày cũng như đêm, trong Theo Gót Huyền Trân. Tóm, tiếng động, hương thơm, ... người lưu xứ thường hãy còn lưu giữ một phần hồn của cố quốc, nhất là ở thế hệ thứ nhất! Viết đến, nhắc lại, như một thảo hiếu với đất đai, nguồn cội!

Các truyện của Khói SóngTrên Sông phần lớn có cấu

trúc chặt chẽ, nhiều tình tiết, có những kết thúc đầy bất ngờ. Cổ điển truyện ngắn, nghệ thuật văn chương, không làm dáng thời thượng cũng chẳng tân cải bất ngờ! Nhân vật thường hiền lành, đơn giản dù tâm hồn cũng rất khúc mắc - những "tôi" tật nguyền dồn nén trong Như Nước Trong Nguồn, những Cô Út trong Tình Đất, dì Út, cậu Bảy trong Tình Lụy Thiên Thu hay người con dâu hiếu hạnh trong Mát Lạnh Tuổi Vàng, v.v.

Chất Nam "lục tỉnh" của Nguyễn Văn Sâm thể hiện trong chữ dùng, trong phong cách viết, tả nhân vật và tỏ lộ tâm tình. Nguyễn Văn Sâm tự đề ra cho mình một loại "cương lĩnh" trong Bài Châm Về Viết ở đầu tập truyện: "... Cái quê hương mến yêu, chốn sanh trưởng thân thiết, tiếng địa phương nghe từ khi còn nằm võng ẩn náo trong hồn, tuông ra đúng lúc, phải chỗ..." (tr. XVIII).

Nguyễn Văn Sâm có một ngôn ngữ "miệt vườn" đặc sắc. Ông xử dụng nhiều tiếng đặc "miệt vườn", những phương ngữ làm nên cái duyên của miền Nam lục tỉnh. Ông dùng nhiều từ láy và đặc biệt ông đã cẩn thận gạch nối:

"Trước đây thằng đó thấy tôi còn đứng dậy dã-lã chào hỏi, khúm-núm bẽn-lẽn, mà con Út cũng coi bộ sợ-sệt, bối-rối" ... "Thét rồi nó tới chà-lết quết-xảm ở nhà tôi, gặp thì chỉ chào sơ sơ rồi quay ra tíu-ta tíu-tít với con Út..." (tr. 214).

"Sồn sồn tuổi nhưng du dương giọng, bà Hương có tiếng chửi không khác là bao với tiếng hát ru em trưa nắng, mùi mẫn như bài ca dạ cổ hoài lang từ phu tướng lên đường, đã điếu còn hơn nghe mấy con nhỏ xóm dưới kéo vuốt mấy tiếng chót của một câu hò ruột lên cao ngất, nhọn lểu như kim, chích nhè nhẹ nhột nhột vô tim " (tr. 22).

Hay: "... cần lắm thì ậm-à ậm-ừ cho qua..." (tr. 24); "mang bầu lạchạch cũng bò ra chợ, mới đẻ hôm kia cũngte te đi bán..." (tr. 56), v.v. Vừa dùng tiếng láy vừa dài dòng và màu mè như tiếng nói người miệt vườn: "ngâm nga sông dài con cá lội biệt tăm" (tr. 25). Như một mạch tư duy liên khúc. Giữa những khớp nối tư duy, cảm xúc ấy là những hình dáng con người và cảnh tượng có sức tỏa rộng, gặp gỡ và xuyên thấm vào nhau!

Ông có tài quan sát và tâm lý như phân tâm mặc cảm của

nhân vật tật nguyền mà ham gái trong Như Nước Trong Nguồn: "Từ lâu rồi tôi chỉ đứng xớ-rớ trước cửa nhà thèm thuồng, với cảm tưởng rung động ở từng sợi gân trong thân thể, ngó theo lũ con gái nhún nha nhún nhẩy, để rồi sau đó nằm cong queo trong một góc giường nhắm mắt vẽ lại hình ảnh trong trí hết đứa nầy tới đứa khác. Thường thường tới đứa thứ hai thì tôi mệt lã, tim đập thình thịch như trống chầu, ngủ thiếp đi lúc nào không hay, nhiều khi thức giấc bàn tay trái vẫn còn ướt mẹp đương nằm giữa hai bắp vế, thoảng hôi một mùi là lạ..." (tr. 33).

Tâm lý như khi tả người ghiền thuốc ở xứ người hết tự do như trước: "Thỉnh thoảng lắm mới có dịp tất cả mọi người cùng đi vắng, tôi được tự do rít hơi thật dài, thật sâu, ém hơi lâu trong phổi, phun ra rồi hít vô ngay lại bằng lỗ mũi. Những lúc nầy thì đã tận mạng"(tr. 105).

Cả trong quan sát diệm mạo con người, các nhân vật của ông hay chú ý đến các bộ ngực nở nang của phụ nữ. Một nhân vật nói về một cô gái miệt vườn: "Con Cúc trổ mã cả năm nay, tay chưn tròn trịa, vú dậy đội lớp áo lên cao nghệu dòm ngang thấy trơn láng mềm mềm ra vẻ con gái quá chừng."(Tình Đất). Tật nguyền như nhân vật xưng "tôi" trong Như Nước Trong Nguồn mê gần hết các cô gái trong xóm cù lao: "Mấy đứa nầy đứa nấy đều bị tôi "tưởng tượng" một vài lần khi ban ngày nhỏng nhảnh đi ngang qua nhà tôi, cười cười nói nói, cái quần lãnh đen láng o dòm không thôi đã thấy mát rượi lòng, cái áo nút bóp căng thịt, cặp mắt bén ngót như dao cạo..." (tr. 34), rồi mê Nhàn, bạn của anh mình, cũng qua bộ ngực: "Ngồi trong nhà thấy nó thấp thoáng bên kia, ngực một ngực, lồ lộ thiếu điều căng xé áo nhảy ra ngoài, tôi cũng đã cảm nhận nỗi vui vui tràn ngập lòng, đời thiệt thòi như được trút bớt vài phân." (tr. 27).

Văn chương Nguyễn Văn Sâm tưởng chừng theo truyền thống viết-như-nói khởi từ trường phái Trương Vĩnh Ký, qua Hồ Biểu Chánh, Bình Nguyên Lộc đến Võ Kỳ Điền, Nguyễn Tấn Hưng thời hiện đại. Khởi sáng tác cùng thời với hai nhà văn sau, nhưng các truyệnngắn của Nguyễn Văn Sâm nếu đọc kỹ mới thấy ông đi xa hơn: ông viết như nghĩ và dùng ngôn ngữ nói để làm văn chương. Ông hấp dẫn người đọc bằng các chi tiết ly kỳ xen kẽ với lối nói, lối suy nghĩ của các nhân vật đa dạng nhưng tiêu biểu cho "miệt vườn". Cái khiến Nguyễn Văn Sâm không giốngcác nhà văn "miệt vườn" khác, là chính trong câu văn mà muốn hiểu thì người đọc phải hiểu được mạch nổi, mạch chìm và lớptừ ngữ bộn bề, dồi dào, nhuốm trí thức của ông. Có thể xem Chờ Cho Trăng Lặn và Như Nước Trong Nguồn là hai truyện ngắn tuyệt tác tiêu biểu của Nguyễn Văn Sâm! Nhưng trong cáctruyện còn lại khi viết về quê nhà, kỷ niệm, thời gian và cảm xúc tác động mạnh thành ra có khi hơi dài dòng, vận dụng đối và vận nhiều, có thể khiến người đọc nhiều khi khó theo dõi câu chuyện. Người đọc có thể lạc đường, một lạc lối dễ thương thôi, giữa một rừng tâm tình và cảm xúc của tác giả. Kiệt Tấn cũng dài dòng nhưng ở một tầm cỡ khác, ở chỗ nhiều đối thoại và nhiều tình tiết động tác hơn và câu chuyện hay lập lại. Hồ Trường An cũng dài dòng nhưng trong màu mè nhân tạo và miêu tả trên một nền "miệt vườn" đã sẵn! Chúng tôi nghĩ Nguyễn Văn Sâm có chủ tâm chi tiết hình ảnh và dài dòng, du dương, câu văn nhiều nhạc tính - dài theo hơi kể chuyện, lối "nói" văn chương truyền thống trong Nam, du dương theo lối nói "vè", vần điệu, của ca dao, của nói thơ Vân Tiên hay mấy câu cải lương vốn thường dài hơi. Tất cả như cốt để khơi dậy nơi người đọc những cảm xúc sâu đậm, những tiếng thở dài và cả những phẫn nộ khi xem đến dòng kết truyện.

Từ Câu Hò Vân Tiên qua Khói SóngTrên Sông, Nguyễn Văn Sâm đã chứng tỏ có kỹ thuật văn chương, cái "tải đạo" của ông nếu có, thì cũng thuộc về nhân đạo tự nhiên như con người thì phải thế. Chờ Cho Trăng Lặn là một điển hình, tác giả viết về một mối tình đẹp trong khung cảnh văn hóa rất lục-tỉnh thâm nhiễm luân lý nền tảng á-đông, chuyện tình "thằng Thành" hay đến nhà con Kén nghe nói thơ Vân Tiên. Hai đứa hạp nhãn nhau, hay ra bụi môn chờ cho trăng lặn. Nhưng con Kén lấychồng giàu mẹ cha ép gả, thằng Thành "chất chứa mối u tình nặng trĩu lòng nó, nặng nhưng vẫn còn đủ đẹp để lôi chưn nó lại, không cho cất bước giang hồ tìm quên" vì nó nghĩ chỉ có nó mới có và giữ cái tình và cái hồn của con Kén, còn cậu Hai Phó Hương Quản "tuy là chồng nhưng anh ta có biết cái tình cái hồn của nó nằm ở đâu đâu nà!" (tr. 175). Hình như Nguyễn Văn Sâm viết truyệnnày nhân cuộc tranh luận về thơ Vân Tiên trên tạpchí Văn Học (CA), thể loại truyện ngắn quangòi bút của ông hình như có sức thuyết phục hơn là những lý luận ồn ào. Thật vậy, ông tâm tình để thuyết phục hơn là dùng luân lý hay lý luận để can thiệp vào câu chuyện.

Trong những truyện về đời sống hội nhập ở xứ người, ông cũng tỏ ra hụt hẫng, ngập ngừng - như nhân vật của ông, trước một số tình cảnh; đó có thể cũng là tình cảnh chung của tất cả ngườiViệt xa xứ!

Truyện ngắn của NguyễnVăn Sâm nói chung là không khí chữ nghĩa, là tấm lòng của tác giả. Nhiều truyện ngắn trong Khói Sóng Trên Sông khiến người đọc an tâm phần nào về vănchương "miệt vườn" và bớt bi quan hơn nhà văn Nguyễn Mộng Giác năm nào nhận xét về hiện tượng "các nhà văn gốc Nam Bộ xuất hiện nhiều, và viết nhiều truyện ngắn phong tục "miệt vườn" như lúc này ở hải ngoại (...) bị "vướng cái lưới 'phản ảnh' (...) quá chú ý tới vấn đề, truyện miệtvườn đang sa vào cái tật quá khích. Nhiều viết ở Âu châu, Bắc Mỹ năm 1992 mà người đọc có cảm tưởng đang đọc một truyện của Hồ Biểu Chánh viết trước đây (gần) một thế kỷ! Kể cả lối tác giả xen vào câu chuyện giảng giải cho nhân vật nghe chuyện đạo lý thánh hiền, nghĩa là vướng lần nữa vào cái lưới "tải đạo"("Cơn khủng hoảng của truyện ngắn", Văn-Học (CA) số 79 (11-1992), tr. 19-20). Chúng tôi vẫn có cảm tưởng điều này hình như đúng cho bất cứ nhà văn gốc miền nào, và cũng đúng cho một số nhà văn "miệt vườn" hiện cạn cảm hứng sáng tạo; đó là những truyện ngắn thiếu kỹ thuật và văn chương, những "chuyện ngắn", của những "văn chương ngắn ngủi" của thời gian, những cương, những kể hoài không hết!

Nguyễn Vy Khanh
Montréal, 9-4-2000

(Viết về Nguyễn văn Sâm - tiếp theo kỳ 2 > thêm bên dưới đây)

Lời giới thiệu Chuyện Đời Xưa (Trương Vĩnh Ký) có chú giải của Nguyễn Văn Sâm, theo bản in cũ 1914.

Trần Văn Chánh

Nói đến CHUYỆN ĐỜI XƯA của Trương Vĩnh Ký (1837-1898), tôi nhớ ngay tới thời kỳ đầu học Trung học về môn Việt văn cách nay chừng nửa thế kỷ. Khi đó, những anh chị em học lớp Đệ lục (tương đương lớp 7 bây giờ) đều có học qua một số đoạn trích giảng lấy từ CHUYỆN ĐỜI XƯA, mà một số bài ấn tượng nhất đã ghi sâu vào ký ức của tuổi thanh xuân làm cho nhớ mãi tới bây giờ, như "Chàng rể bắt chước cha vợ", "Bụng làm dạ chịu", "Học phép hà tiện", "Hữu dõng vô mưu", "Làm ơn mắc oán" ,"Ba anh dốt làm thơ…

Tôi đoán, muốn chê thơ ai quá dở, người ta dùng cụm từ "thơ con cóc", có lẽ xuất phát đầu tiên là từ chuyện "Ba anh dốt làm thơ", chứ không phải từ điển tích gì khác…

Sở dĩ ấn tượng và nhớ lâu, vì chuyện nào cũng ngắn gọn (chừng nửa trang giấy), đọc vô thấy đơn giản dễ hiểu mà rất dễ tức cười. Có cái cười ngặt ngoẽo bể bụng không nín được, nhưng cũng có cái cười thấm thía tế nhị, từ đó không chỉ hiểu được một cách sinh động tâm tính hồn nhiên của người Việt bình dân cách nay trên dưới một thế kỷ, mà còn rút ra được nhiều bài học / kinh nghiệm sống bổ ích. Khía cạnh bổ ích này, tác giả Nguyễn Văn Sâm đã có phân tích lược qua ở "Lời đầu sách" nên tại đây thiết tưởng không cần lặp lại thêm rườm.

Nói là chuyện đời xưa, nhưng thật ra toàn những câu chuyện khôi hài thích hợp để đọc vui xả hơi sau ngày làm việc mệt nhọc cho cả người lớn lẫn trẻ em từ lứa tuổi biết đọc trở đi. Ngoài ra, người nào chú ý tìm hiểu / nghiên cứu ngôn ngữ-văn chương Nam Bộ, hoặc biên soạn từ điển tiếng Việt, cũng phải cần đọc nó, vì bên trong chứa đựng rất nhiều tiếng địa phương độc đáo của miền Nam nước Việt, một thứ văn liệu quý hiếm, xác thực để làm việc.

Du có điều hơi khó hiểu là tại sao một cuốn sách hay ho thú vị như vậy mà đến nay rất ít khi được tái bản? Trước năm 1975, ở miền Nam, còn nhớ có một bản do nhà xuất bản Khai

Trí ấn hành, ngoài bìa vẽ màu cảnh đồng quê với hình ảnh người dân quê trông rất dễ thương. Từ đó về sau không thấy nữa. Tôi có nhắc lại tên sách với vài bạn trẻ đã học qua bậc Đại Học nhưng hầu như không em nào biết. Gần đây, trong cuốn PETRUS KÝ NỖI OAN THẾ KỶ (Nguyễn Đình Đầu chủ biên, Tri Thức, 2016) thấy có in lại nguyên văn CHUYỆN ĐỜI XƯA gồm 74 truyện, dựa theo bản in năm 1927, với tên gọi đầy đủ mà cũng rất dễ thương theo nguyên gốc: Chuyện đời xưa lựa nhón lấy những chuyện hay và có ích.

Nay nhà giáo-nhà nghiên cứu kỳ cựu Nguyễn Văn Sâm không chỉ cho tái bản CHUYỆN ĐỜI XƯA dựa theo bản in quý hiếm xưa cũ nhất (1914) mà còn gia công chú giải từ ngữ, giúp người đọc hiện nay dễ dàng hiểu tường tận văn bản nhờ nắm vững được những từ ngữ địa phương tuy trước đây tầm thường nhưng bây giờ đã trở nên xa lạ với không ít người, nhất là đối với giới trẻ trong cũng như ngoài nước.

Riêng tôi lại còn tưởng tượng thêm, kiều bào nam phụ lão ấu ở hải ngoại mà có được cuốn sách này trong tay, họ sẽ quý nó như vàng. Bởi không chỉ để đọc cho vui giết thì giờ rảnh rỗi, tiếp thu được những bài học cuộc sống không bao giờ lạc hậu, mà còn tìm thấy trong nội dung cuốn sách mỏng khiêm tốn này cái hồn của dân tộc Việt, từ đó thêm một chút tình hoài hương thắm thiết của những người xa xứ không quên quê cha đất tổ.

Vì thế, tôi xin trân trọng, vừa cám ơn tác giả, vừa muốn giới thiệu CHUYỆN ĐỜI XƯA có chú giải này của nhà giáo Nguyễn Văn Sâm đến đông đảo bạn đọc.

Trần Văn Chánh

Sàigòn, 03/05/2017

Nguyễn Văn Sâm – "Khói sóng trên sông". Nguyễn Đình Hòa

World Literature Today, Wntr, 2001 by Dinh-Hoa Nguyen

Nguyen Van Sam. Khoi song tren song. Tran Nho Bui, ill. San Jose, California. Van. 2000. xviii + 263 pages, ill. $14.

THE AUTHOR OF THIS collection of fourteen short stories is a South Vietnamese refugee writer and editor (see WLT

69:2, p. 444) who had earn edacclaim even before the collapse of the Saigon government in 1975, following which debacle he chose (in 1979) the United States as his country of asylum. The volume's title comes from the last line of an often-translated Chinese poem by Cui Hao (Thoi Hieu in Vietnamese, graduated around 730 A.D.) about "TheYellow-Crane Pagoda" in Hu Pei Province: "Yen ba giang thuong su nhan sau" ("Beyond the Broad River, Its Waves, and Its Foam" [Herbert Giles, tr.] or "With a Mist of Grief on the River Waves" [Witter Bynner, tr.]). Having received classical training at the College of Letters in Saigon, where he later served on the faculty, Nguyen Van Sam has simply followed the common practice of using cogent allusions derived from Chinese literature. Indeed, not only this final story in the volume, "Smoke on the River Waves," but all the preceding ones as well reflect his background as both a romanticist and a realist writer who feels deep compassion toward the people and events in the rural settings he himself comes from.

"(What You Owe Your Mother Is) Like a Gush of Spring Water" is an insightful analysis of the psychology of a handicapped boy, who candidly tells us about his consenting to marry a pregnant girl and his embarrassment at approaching her on their nuptial night. Before that, despite his grandmother's rebuke, he enjoys sitting on his crutches outside his home and listening to the colorful profanities that a betel-chewing virago in the hamlet heaps upon the run away fiancee of her son. In "The Coolness of Golden Years" the reader learns about the devotion of a peasant girl to her senile mother-in-law, who needs the home care and sympathy due an elderly parent in Confucian society.

Several stories are quite moving, including that of a young Vietnamese man who unwittingly harms his benefactor, or that of a refugee girl raped by her American benefactor, or that of a "Viet-kieu" returnee who seek seasy sexual encounters in the country he had left two or three decades before. This "overseas Vietnamese-American" inwardly nurtures a dream common to all expatriates of someday flying back to their homeland to enjoy the oldway of life in spite of memories of, say, an elder sister's rape by sea pirates on the flight out, or of a younger brother with his unfaithful wife.

In the preface, Nguyen Xuan Hoang, another refugee writer and editor, likens Nguyen Van Sam's depiction of Saigon to Konstantin Paustovsky's descriptions of Paris. Indeed, Nguyen Van Sam details the urban growth and development of "the Pearl of the Orient" from a malaria-infested swamp into a metropolis with multistory hotels, dance halls, coffee shops, colleges, and high schools as well as slum and ghetto areas with their substandard dwellings for laborers and coolies. When writing about the Mekong River delta, however, Nguyen proves himself a realist writer as well, one who portrays the rugged lives of South Vietnam's rice growers, fishermen, and emigrants. The latter truly approach life through sweat, tears, and blood, but also with open eyes, like Chuyen, the waitress in a Little Saigon beef-noodle shop, who has no illusions about her flirtatious boss's passes or the attentions of her refugee patrons.

Calmly, Nguyen Van Sam shares with his readers his detailed observations about the beauty of his native land and the virtues of decent individuals in his community, whether he writes about the "real Santa Claus" or the "immense [South China] Sea." Readers can learn much from this talented writer regarding southern regionalisms and colloquialisms, indeed the various patois of Co-chinchina swamplands, mangroves, and coconut farms, including the reduplicated expressions with vivid imagery that the French linguist Hardricourt has called "impressives." This feature alone amply rewards the reader of this magnificent bouquet of what can be called "written folk literature."

Dinh-Hoa Nguyen
Southern Illinois University, Carbondale

(Viết về Nguyễn văn Sâm > tiếp theo kỳ 2)

NGUYỄN KIẾN THIẾT
TRÍCH LƯỢC MỘT SỐ MẢNH VỤN VĂN HỌC - Kỳ 5

**Mời bạn đọc xem Văn Học Mới từ Kỳ 1, số 38, tháng 3/2025. Tất cả chú thích và hình ảnh minh họa đều có ở Phần trọng tâm của quyển sách.*

XX.- Vài nét về Câu Hát Huê Tình

Các tác giả Huỳnh Ngọc Trảng - Phạm Thiếu Hương (Nhóm HNT) đã *sao chép* đầy đủ 361 câu hát huê tình của Đinh Thái Sơn (Xin xem: *Tổng Tập Văn Học Dân Gian Nam Bộ - Ca Dao-Dân Ca Nam Bộ*. Quyển 4. Nhà xuất bản Tổng Hợp TP/HCM, 2022). Có mấy chi tiết đáng để ý:

1.- Trong Lời giới thiệu, Nhóm HNT đã viết: *"Các văn bản được chọn đưa vào sách đều giữ nguyên bản trừ một số trường hợp thấy cần phải chỉnh lý (...). Rất mong nhận được sự* ***chỉ bảo*** *của bạn đọc"* (tr.10). Thay vì *mặc áo thụng vái nhau*, chúng tôi không dám "chỉ bảo" mà chỉ mạo muội góp vài ý kiến nho nhỏ. Chẳng hạn như Nhóm nầy khi sửa lỗi chánh tả hoặc "chỉnh lý" đã không ghi chú những chữ *sai* hoặc *tùy ý thêm/bớt một, hai chữ*. Sự thiếu cẩn trọng nầy sẽ gây khó khăn cho giới nghiên cứu trong việc tham khảo. Thí dụ:

.Câu 361: *"Tại thiên nguyện tác* ***bỉ*** *dực điểu / Tại địa nguyện* ***tác liêng*** *lý chi"* (nguyên văn bản gốc *CHHT*). Đây là một trong những trường hợp "tam sao thất bổn". Dân gian hát huê tình (hoặc người biên soạn) vì "nghe lóm" nên đã đổi chữ **tỷ** thành chữ **bỉ** ở câu đầu, cũng như đổi chữ **vi** thành **tác** và in sai chánh tả (viết đúng chánh tả là **liên,** không phải **liêng**) ở câu sau. Thật ra đây là hai câu thơ lấy trong bài *Trường hận ca* của Bạch Cư Dị, nguyên văn là:

Tại thiên nguyện tác ***tỷ*** *dực điểu,*
Tại địa nguyện ***vi*** *liên lý chi."*
在天願作比翼鳥
在地願為連理枝

Nhóm Huỳnh Ngọc Trảng đã "tam sao" *cái sai* của bản gốc *CHHT*, nghĩa là trong câu 7 chữ (trên) không đổi chữ **bỉ** thành chữ **tỷ** cho đúng câu thơ của Bạch Cư Dị (sách đã dẫn, tr.230). Đó là chưa kể Nhóm nầy đã biến câu 7 chữ (dưới) thành câu **8** chữ bằng cách *tự ý* thêm hai chữ **tác** và **bỉ (**đáng lẽ là **vi)**. Thành ra câu 361 "tam sao" của Nhóm HNT lại biến thành: "*Tại thiên nguyện tác **bỉ** dực điểu; Tại địa nguyện **tác bỉ** liên lý chi*".

2. Cũng câu 361: *"**E** là **e** đó đa nghi, bớ anh ôi, Đây anh quyết giữ, trọn nghì sắt son"* (nguyên văn *CHHT*). Nhóm HNT đã tự ý sửa lại là *"**Em** là đó đa nghi"* (bớt hai chữ "**e**", thế bằng chữ "**Em**"; vì vậy câu 6 chữ nầy chỉ còn **5** chữ). Còn một số "sơ suất" nữa chưa tiện kể ra đây, v.v...

XXI.- Ảnh hưởng của sách Tàu và truyện Tàu đến Ca dao miền Nam

Khi phân tích Câu hát huê tình, một bộ phận của Ca dao miền Nam, chúng tôi muốn nhấn mạnh vai trò **chữ quốc ngữ** và phong trào dịch **sách Tàu**, **truyện Tàu** (ra chữ quốc ngữ) vào đầu thế kỷ XX đã ảnh hưởng rất lớn đến hò hát. Có thể nói có chữ quốc ngữ mới có phong trào dịch sách Tàu, truyện Tàu để phổ biến rộng rãi trong đại chúng. Từ đó phong trào mê truyện Tàu bùng phát khắp Nam Kỳ: người người "mê" truyện Tàu, nhà nhà "mê" đọc truyện Tàu, "mê" nghe "nói truyện" Tàu. Những cách ngôn Khổng-Mạnh, những tấm gương trung hiếu tiết nghĩa, những điều thường thức về nhân – nghĩa - lễ - trí - tín, về tam cang ngũ thường được người bình dân tình cờ tiếp thâu từ sách, truyện Tàu, đợi có dịp đem ra thi thố. Cũng có khi qua những cuộc "đấu trí" của các bậc văn nho, thầy đồ trong các dịp giỗ chạp, ma chay, cưới hỏi hay hội hè đình đám mà người dân quê "nghe lóm" được rồi đem ra áp dụng trong ca dao, hò hát. Trong Luận án về *Ca Dao Miền Nam*, chúng tôi đã nhận định: "*Ca dao miền Nam thường dùng những tiếng Hán-Việt hay những câu chữ Hán để làm nhập đề, để gợi hứng mà gieo vần hay để biện minh cho một tư tưởng, một tình cảm. Những bài hát hò như trên gọi là **hát chữ** (...) tức là những bài dùng cách ngôn Khổng-Mạnh lấy trong Minh Tâm Bửu Giám hay Minh Đạo Gia Huấn để gợi ý đưa vào đề*" (*Tánh Cách Đặc Thù Của Ca Dao Miền Nam,*1972, tr.176). Hát huê tình *đối đáp* cũng nằm trong mô-típ (motype) nói trên.

Từ những nhận định kể trên, chúng tôi có thể nói câu hát huê tình đối đáp gồm một số đặc điểm về Nghệ thuật như: **hát chữ, hát tích** và **hát đố/hát đối.** *"Khi cuộc hát đã đến lúc hào hứng, hễ bên trai "buộc vào", thì bên gái "mở ra", bên trai "bẻ vô" thì bên gái "xô ra", bên* *nầy **hát chữ, hát tích** thì bên kia tìm cách đối lại; bên nầy dùng những câu **hát đố** hóc búa, thì bên kia tìm câu **hát đáp** lại một cách tài tình"* (Nguyễn Kiến Thiết, sách *đã* dẫn, tr.107). Nhưng trong hò đối đáp, đặc điểm nghệ thuật sẽ gồm: **hò văn, hò truyện, hò mép**...

XXII.- Vài nét về Hò miền Nam

Ngoài loại **hò *đơn* lẻ** do chàng trai hoặc cô gái tức hứng trước cảnh *đồng* ruộng bao la, sông nước hữu tình mà cất tiếng rao hò *để* giãi bày tâm sự, còn có **hò *đối đáp*.** Hò đối đáp là loại hò được xướng lên do một đôi nam nữ hoặc hai phe nam nữ đối đáp nhau trong những buổi sinh hoạt chung như cấy hái, xay giã, bơi chèo hoặc trong một *hò trường,* trong một *phiên hò hội* để thi tài cao thấp. Hò đối đáp có *tính tập thể* và *tính thi đua*. Như đã phân tích, trong một bài hò đối đáp luôn có những câu như **câu kể** và **câu xô,** giống như **âm** với dương. Hò đối đáp bắt đầu bằng hai tiếng "Hò ơ..", "Hòa hơ..." và thường tiếp theo bằng hai câu:

Tiếng đồn *anh hay chữ*
Em hỏi thử đôi *lời*...

và cứ thế mà tiếp tục cho đến hết.

Giống như Hát huê tình, mỗi cuộc **Hò đối đáp** ở Nam Kỳ thường chia làm **ba chặng**/giai đoạn:

. ***Chặng đầu***: **Hò chào mời** (bắt đầu chào hỏi, mời mọc, hò dạo). Nói khác đi, đó là *cuộc hò được gầy đầu* (Nguyễn Văn Hầu), là *khúc nhạc dạo đầu* của hò.

. ***Chặng giữa***: **Hò** đối đáp (đáp câu đố, nêu câu đố mới, kết bạn, xe duyên). Đây là phần trọng tâm của một *cuộc hò*. Cuộc tranh tài cao thấp của các nghệ nhân được đánh giá ở chặng nầy. Như chúng tôi đã có dịp đề cập, nếu hát huê tình đối đáp có hát chữ, hát tích, hát đố thì trong hò đối đáp – theo Sơn Nam - có **hò văn, hò truyện, hò mép** (còn gọi **hò môi**). Trong quyển *Tánh Cách Đặc Thù Của Ca Dao Miền Nam,* chúng tôi đã phân tích về ba loại hò nầy, từ trang 127 đến 135. Khi *cuộc hò* đã đến lúc hào hứng, hễ bên trai "*buộc vào*" thì bên gái "*mở ra*", bên trai "*bẻ vô*" thì bên gái *"xô ra",* bên nầy "*bỏ*" vận hò thì bên kia "*bắt*" lấy, giọng hò bên nầy bị "*đứt*" thì bên kia tìm cách "*nối*" lại. Đặc biệt, chàng vận dụng **hò văn, hò truyện, hò mép** thì nàng tìm cách hò đối lại; chàng dùng những **câu hò đố** hóc búa, lắt léo thì nàng kiếm **câu hò đáp** lại một cách cân xứng, tài tình! Và cuộc hò cứ thế mà tiếp diễn (nếu không bị *đứt*), có khi thâu đêm suốt sáng. Khi gặp người *đồng điệu* và hơn nữa, *đồng tình, cuộc hò* càng tăng thêm phần hào hứng, sôi nổi. Bấy giờ các nghệ nhân hò đã trở thành "bình dân thi sĩ" và đa số thính giả đa tài, "biết xét đoán *âm giai*, biết phê bình *vần điệu"* và "biết sự *buông bắt, ứng đối cao thấp dở hay*" (*Bách Khoa* số 136, tr,15).

. ***Chặng cuối***: **Hò giã biệt** (tiễn đưa, xe kết, hứa hẹn) để khép lại một cuộc hò. Khác với cuộc hát quan họ, các "liền anh", "liền chị" chỉ xem nhau như "bạn hát" và thường là *không được phép* cưới hỏi nhau. Còn chung cuộc của Hò miền Nam thường dẫn tới tình yêu đôi lứa "*Trời xui hội ngộ hai đứa mình* ***kết duyên***".

Nhìn chung, *Tiết điệu* và Â*m vận* trong Hò miền Nam biến đổi khá nhiều, song theo Nguyễn Văn Hầu, có thể hiểu gom được trong hai điệu chính: *hò huê tình* tức tiếng hát chậm mà hơi dài ra, và *hò lăn* tức tiếng hát mau mà hơi ngắn lại. Tuy nhiên, dầu là *hò huê tình* hay *hò lăn,* dầu có hằng chục điệu hát hò dị biệt của mỗi địa phương, *người mộ hò* bao giờ cũng phải biết sành cung đoạn, âm giai thì mới được hạng đàn anh đàn chị trong giới nhận cho là *khách đồng thuyền* (*Bách Khoa* số 136, tr.15).

Hò miền Nam – một bộ phận của ca dao Lục tỉnh – là thơ, là nhạc, nhưng cũng là tình. Nó thể hiện rõ nét bản *trường ca/tình ca bất tận* của người bình dân lao động, nhiều nhứt là tình yêu đôi lứa giữa "trai hai huyện, gái miệt vườn", giữa "trai thương hồ, gái bán vàm". Ngoài ra, hò miền Nam đã phản ảnh trung thực bức tranh xã hội Nam Kỳ buổi giao thời Pháp-Việt. **Nội dung** "văn dĩ tải đạo" được thể hiện trong câu hò, tiếng hát. Đó là đạo quân thần, lòng ái quốc (quân xử thần tử), đạo hiếu (ơn cha nghĩa mẹ), trọng nghĩa khinh tài (kiến nguy vô dõng, tiền tài như phấn thổ/nhơn nghĩa tợ thiên kim), làm lành lánh dữ (tích thiện phùng thiện/tích ác phùng ác). Đó là tất cả cái "điệu nghệ" (đạo nghĩa) của người dân Lục tỉnh. Thỉnh thoảng phê phán "thói hư tật xấu" (cờ bạc, tửu sắc, á phiện, lầu xanh), thói mê tín dị đoan (tam hạp, tứ hành xung) và "hôn nhân dị chủng" (Tây-Tàu-Khách-Thanh-Chệt-Chà //An Nam, Việt). Nhưng phê phán là để xây dựng: vạch ra cái xấu, cái dở để gián tiếp đề cao cái tốt, cái hay nhằm giáo dục khuyên răn người đời.

Về **Nghệ thuật,** Hò miền Nam thiên về "diễn xướng" nên các "bình dân thi sĩ" phải "câu giờ" để "bẻ lại" câu hò lắt léo, hóc búa, phải sử dụng *tiếng đệm, tiếng láy* cũng như vận dụng nghệ thuật '*bỏ/bắt*", "*đứt/nối*" cũng như kiến thức và khả năng của mình để thi tài cao thấp – đặc biệt *hò môi hò mép,* trong các *hội hò.* Do vậy hò miền Nam sử dụng gần như *nguyên xi* lời ăn tiếng nói của dân gian Lục tỉnh: lời lẽ bình dị, mộc mạc, không trau chuốt nên dễ đi sâu vào lòng người. Trong một bài nghiên cứu về Ca dao miền Nam, chúng tôi đã nhận định: *Hò hát đi trước ca dao; và* ***ca dao lục bát thành hình sau hò hát***. Chúng ta sẽ không ngạc nhiên vì Hò miền Nam sử dụng hầu hết *lục-bát-cắt-vụn* bởi tiếng đệm, tiếng láy hơn là những câu *tròn trịa mềm mại* thể sáu tám. Chúng tôi tin rằng *Hò miền Nam* là một văn liệu quý hiếm cho các nhà nghiên cứu văn hóa dân gian, cho các nhà ngôn ngữ học, xã hội học và viết văn học sử.

XXIII.- Góp ý với Trung Tâm Thúy Nga và MC Nguyễn Ngọc Ngạn trong PBN 132

Sau khi dẫn câu "Tôi viết vội câu thơ thất niêm" trong bài hát *Mùa Xuân Trong Thư Em* của nhạc sĩ Viễn Chinh, MC Nguyễn Cao Kỳ Duyên đã hỏi MC Nguyễn Ngọc Ngạn: *"Vậy thất niêm có nghĩa là gì?"*. MC Nguyễn Ngọc Ngạn đã trả lời (đại ý): "*Lúc chúng ta học Trung học thì trong môn Việt văn chúng ta học về thơ Đường. Thơ Đường tức là thơ của thời nhà Đường, là thời cực thịnh về thơ - tức là thời của Đường Huyền Tôn (g), tức Đường Minh Hoàng. Về sau thơ Đường nó trở thành tiêu chuẩn để chúng ta làm thơ; nhưng dĩ nhiên là thơ đó gò bó cho nên nó gọi là niêm với luật*". Sau đó, ông giải thích và dẫn chứng có phần chưa được sáng tỏ về niêm luật: *"Niêm luật tức là chữ nào phải Bằng, chữ nào Trắc, và đối nhau. Thí dụ như: Lom khom dưới núi tiều vài chú / Lác đác bên sông chợ mấy nhà. Hai câu đó của Bà Huyện Thanh Quan nó rất là đối từng chữ, từng câu, từng vần. Thì cái đó chúng ta gọi là niêm luật của thơ Đường (...). Về sau chúng ta có Thơ mới, Thơ tự do;* ***chúng ta không còn xài thơ Đường nữa****"*.

Dựa vào sự giải thích và dẫn chứng của ông NNN, người được đề cao "cố gắng vận dụng kiến thức văn học để làm giàu nội dung dẫn chương trình", tôi thành thật nêu lên một số góp ý với tinh thần xây dựng. Có 3 góp ý: (1) Nên gọi **thơ** Đường **luật** để phân biệt với **thơ** Đường**,** bởi lẽ thơ Đường là loại thơ được sáng tác từ thời nhà Đường bên Trung Hoa; (2) Cần hiểu rõ **niêm, luật, vần,** đối trong thơ Đường luật để chứng minh cách giải thích và dẫn chứng về niêm luật của ông NNN không đủ sức thuyết phục; (3) Ngày nay, **chúng ta vẫn còn "xài" thơ Đường luật**, và dòng thơ nầy sẽ không bao giờ tắt cạn. Chúng tôi muốn nói: Nếu ngày xưa sáng tác và xướng-họa thơ Đường luật là «món đặc sản» dành cho bậc thượng lưu trí thức thì ngày nay nó trở thành «sân chơi» văn hóa-trí tuệ tao nhã của những người yêu thơ gồm đủ mọi thành phần, giới tính, đủ mọi lứa tuổi. Thơ xướng-họa còn là phương tiện giao lưu, tạo ra bao liên hệ bằng hữu tao nhã, tri âm tri kỷ.

Cuối bài, chúng tôi đã đề nghị: Cách đây chừng 2500 năm, Lão Tử (571 TCN-471 TCN?) - một triết gia nổi tiếng của Trung Hoa đã nói: *"Làm thầy thuốc mà sai lầm thì chỉ giết một mạng người; làm chánh trị mà sai lầm thì tàn hại cả* đất *nước; làm văn hóa mà sai lầm thì gây tai họa cho muôn* đời". Trung tâm Thúy Nga là một đại ban, Nguyễn Ngọc Ngạn là một MC nổi tiếng cùng "*làm văn hóa*" có sức ảnh hưởng tới 60 triệu lượt người theo dõi, "*mà sai lầm thì gây tai họa cho muôn* đời". Cách đây mấy năm, trong Paris By Night số **70**, khi giới thiệu về nhạc sĩ Lê Dinh, MC Nguyễn Ngọc Ngạn cũng đã phát biểu mà chưa tra cứu kỹ: *"Gò Công có thể nói là cái nôi của Vọng cổ. Bài Vọng cổ* đầu *tiên tức Dạ cổ hoài lang* là *từ Gò Công của* ông *Sáu Lầu mà ra*". Từ đó, đa số khán giả trẻ chưa am hiểu về xuất xứ của bản Dạ cổ hoài lang/Vọng cổ thường tranh luận quyết liệt, ai cũng cho mình đúng. Nhóm nầy chắc như đinh đóng cột là Dạ cổ hoài lang có xuất xứ từ Gò Công, bởi "chú Ngạn nói thế"; nhóm khác cãi lại cho rằng Vọng cổ xuất phát từ Bạc Liêu mới đúng. Cũng may một thời gian sau, ông NNN có cải chánh rằng "Bạc Liêu là cái nôi của Vọng cổ…". Chưa hết, PBN **40** (Chủ đề MẸ) đã gây nhiều tranh cãi khiến Ban Giám đốc Trung tâm Thúy Nga và ông NNN phải lên tiếng "Xin lỗi". Nếu không, biết đâu "tai họa" sẽ khó lường! Để khỏi lặp lại sai lầm của PBN **40** cũng như của PBN **70**, chúng tôi *khẩn thiết đề nghị* Trung tâm Thúy Nga và MC Nguyễn Ngọc Ngạn sớm lên tiếng về vấn đề nầy - cụ thể là trong PBN **133** sắp tới. Từ ấy đến nay, hết năm nầy sang tháng khác, PBN đã thực hiện tới số **137** vẫn chưa "lên tiếng". Tôi thầm nghĩ Trung tâm Thúy Nga và MC nổi tiếng NNN đã coi thường đề nghị của chúng tôi, cũng có nghĩa là "coi khinh văn hóa"?

XXIV.- Truyền Thống Tôn Sư Trọng Đạo

Trong bài *"Từ Một Câu Ca Dao Nghĩ Về Truyền Thống Tôn Sư Trọng Đạo",* chúng tôi có viết: Vậy bổn phận người học trò **đối** với thầy phải như thế nào? Sách *Luân Lý Giáo Khoa Thư* do Trần Trọng Kim chủ biên, xuất bản năm 1941, còn ghi rõ: "*Luân lý ta lấy quân, sư, phụ làm trọng hơn cả. Người học trò tốt phải biết* ơn *thầy, phải tôn kính thầy, phải yêu mến thầy và phải vâng lời thầy*" (tr.26). Nếu làm trái lại bị xem là "*những quân vô hạnh", "như thế là vong* ân *bội nghĩa rất* đáng *khinh bỉ*" (tr.28).

Kính thầy, biết ơn thầy là truyền thống tốt đẹp của người Việt. Lòng yêu kính ấy được biểu hiện qua nét ứng xử bằng nhiều cách thức khác nhau, trong đó có phong tục lễ Tết, phải sống "có nghĩa" với thầy: đạo **thầy trò**. Phan Kế Bính đã viết về phong tục lễ Tết thầy trong *Việt Nam Phong Tục* như sau: "*Lúc học gặp khi mồng 5 ngày Tết như Tết Nguyên* Đán, *Tết Thanh Minh, Tết* Đoan *Dương, Tết Trung Thu, mùa* *nào thức ấy, hoặc cặp gà, thúng gạo, hoặc* đường *mứt, bánh trái, hoặc dăm ba quan tiền tùy tình* đa *thiểu mà* đem đến *lễ thầy*". Trong Gia Huấn Ca, Nguyễn Trãi đã có những câu nhắc nhở *đạo thầy*:

Khuyên chồng nhớ đến đạo **thầy**; *Vật dâng lớn nhỏ gọi nay lễ thường!* (cc.147-148).

Dưới thời vua Lê Thánh Tông, đạo nghĩa thầy trò còn được luật hóa. Bộ luật Hồng Đức còn ghi rõ: "*Cha mẹ phải răn con em về* đạo *thờ thầy học. Nếu không sẽ bị khép vào tội bất kính" (*Điều *25).* Và *"Học trò phải tôn kính thầy, chăm chỉ về* đường *học, lấy* đức *hạnh làm gốc... Ai trái lệnh sẽ bị tội tám mươi trượng" (*Điều *90*).

Cuối cùng, chúng tôi đã Kết luận: Như vậy quan hệ thầy trò là mối quan hệ thiêng liêng cao cả. Nó gắn bó về tình và lý. Nó ràng buộc con người phải sống cho "phải đạo", ăn ở cho có tình có nghĩa với nhau: Đạo **nghĩa thầy trò**. Từ ngàn xưa tình cảm cao quý nầy luôn được tôn kính, luôn được trân trọng gìn giữ: Đó chính là Truyền Thống Tôn Sư Trọng Đạo của người Việt.

Giáo dục là phải đổi mới. Đổi mới không phải là bỏ hết cái cũ (cả tốt lẫn xấu) để thay vào cái mới lạ không liên hệ gì tới quá khứ. Người làm giáo dục chân chánh phải biết chắt lọc cái cũ, chọn lấy cái hay cái đẹp của quá khứ để từ đó mà đổi mới. Chẳng hạn như "Hệ thống luân lý" của Khổng Tử cũng có cái tiêu cực, chỉ nhắm vào bổn phận hơn là quyền làm người. "Đạo lý thánh hiền" cũng còn mặt hạn chế, chỉ khuyên người ta đừng làm những cái xấu hơn là phải tích cực làm những cái tốt. Ngay cả cái "Đạo *học ngày nay* đã *hỏng rồi*", trong thời đại mới, đặc biệt trong giai đoạn "dầu sôi lửa bỏng" của lịch sử, chúng ta phải tìm mọi cách thoát dần hệ tư tưởng Nho giáo lỗi thời của ngàn năm bị giặc Tàu đô hộ.

Tôn Sư Trọng Đạo từ ngàn xưa là cái cũ, là *cái gốc* đã trở thành truyền thống. Còn tệ nạn tiêu cực là *cái ngọn* trong thời đại "Phú quý sinh lễ nghĩa". Làm sao vun bồi cho cái gốc truyền thống tốt đẹp được "sâu gốc, bền rễ", gọt tỉa cái ngọn không cần thiết để cái tốt luôn được nở hoa kết trái. Làm sao để truyền thống Tôn Sư Trọng Đạo không bị tổn thương. Làm sao để thầy còn đủ điều kiện để làm thầy, học trò còn cơ hội để học làm người. Thầy có "đạo làm thầy", trò có "đạo làm trò". Mong rằng những cái tiêu cực chỉ là "hiện tượng" nhứt thời không thể lấn át được "bản chất" tốt đẹp của nghề thầy. (còn tiếp)

Nguyễn Kiến Thiết

HOÀNG XUÂN SƠN
C. Ơ. N

Tôi trong cơn em
Vật vã oi nồng
Đường nao tơ lụa
Ồ không ồ không

Cái mình đang có
Tựa như mây trời
Một ngày rảnh rỗi
Bay về biển khơi

Ta cùng rót xuống
Ánh mắt hoàng hồ
Ráng chiều trên bến
Đỏ bầm vi lô

Như là khóe mắt
Cơn em đau tôi
Hụt hẫng xa lạ
Hồng hoang đã rồi

Trả em phiến thạch
Đá tảng vô bờ
Nén đau trầm mặc
Sao mây huyền cơ*

Ta trong cơn nhau
Gần. mà xa thẳm
Có một khởi đầu
Về che mưa nắng

h o à n g x u â n s ơ n
9 juin 25
* chữ đã dùng

CHỈ SỐ ĐƯỜNG THƠ

Ta viết thơ lên mỗi tròng trành
Viên gạch trên lối mòn chênh vênh
Bụi mận gai con chim nhỏ hót*
Lời bao la âm của hoặc huyền

Đóa phù dung trên nền đỏ thẫm
Tay trắng muốt từng móng sơn lem
Thạch anh trên núi hồn mả não
Lạc phách nhau cùng một tiếng rền

Xiêu hồn. ừ. không dưng tất bật
Nếu phải lòng là một ngữ âm
Kìa chuôi con mắt như thầm thỉ
Về đi. về nhau thơm nhang trầm

Con đường lụa êm từ muôn kiếp
Ai xui mơn man nỗi diện tiền
Mộc miên. ồ ngước thơm hương gạo
Thu an tìm yêu dấu khải nguyên

Có phải từ trường trong [đơn mạch]
Ta nút nhau rồi mất hút nhau
Nên chi những đường kim chỉ lệch
Đơm giữa không không mối chỉ nhàu

•

h o à n g x u â n s ơ n
5 juin 25
* phim truyện

NGÔ NGUYÊN NGHIỄM
Hoài Ziang Duy, Biểu tượng một văn phong hiện thực đầy sáng hóa

HOÀI ZIANG DUY

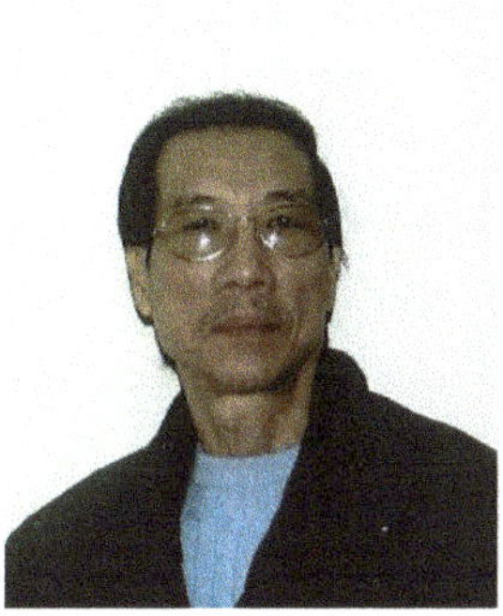

Nhà văn Hoài Ziang Duy
(Ảnh tư liệu tác giả)

Tên thật Thái Sanh Lợi sinh năm 1948 tại Châu đốc
Khởi viết từ 1965 trên các báo và tạp chí ở Sàigòn.
Hiện định cư tại Hoa Kỳ
Cộng tác với các tạp chí:
Văn Học, Hợp Lưu, Đi Tới, Làng văn, Văn Tuyển,
Thư Quán Bản Thảo, Ca Dao, Trẻ (TX)
Tác phẩm:
Ông Tướng Sang Sông (truyện Alpha xb 1999)
Lối đi dưới lá đời thà như mưa (thơ Thân Hữu xb 2007)
Bốn Ngàn Năm Chen Lấn (truyện Thư Ấn Quán xb 2010)
Góp mặt:
Trong cơn vật vã (VB/VNHN 1998)
Tuyển tập 14 tác giả (Văn Tuyển xb 2000)
Thơ Miền Nam trong thời chiến (Thư Ấn Quán xb 2007)

Văn Miền Nam (Thư Ấn Quán xb 2009)
Mỗi Người Một Vẻ 14 tác giả (Sách phỏng vấn. Trẻ xb2012)

NGÔ NGUYÊN NGHIỄM

Tập tuyển truyện Ông Tướng Sang Sông của nhà văn Hoài Ziang Duy bay qua nửa vòng trái đất, như một hạnh ngộ mang đầy vẻ chân tướng, chuyển tận tay tôi vào một buổi chiều tháng 5/2002. Sự xúc động đầu tiên, tưởng tượng cầm chắc tín hiệu tinh khôi của một hiền giả văn nghệ phố núi quê xưa, vẫn cuộn tròn tâm thức trong một định nghiệp văn chương.

Hình ảnh của 40 năm thoáng qua như gió thoảng, là hình ảnh chân phương cùng nhau bơi ngược dòng đời tụ tán trong môi trường cuồng tín nghệ thuật. Bước trên tuổi trẻ, phong lưu ngất ngưởng trên từng trang giấy mê hoặc kỳ diệu của từng tạp san tự lực, phải chăng là bước đầu cho định kiếp người làm văn nghệ? Một định kiếp chỉ được suy ngẫm trong giai đoạn nầy, mái tóc bắt đầu bạc phếch, ngồi xuôi dòng về dĩ vãng cũng chỉ ghi nhập lại bóng dáng một thời vẫy vùng xa xưa, Một thời, mà trên viền áo trắng còn vương vấn chiếc phù hiệu học trò, và tất cả bằng hữu văn nghệ đều ngất ngưởng trên từng câu thơ, từng đoạn tùy bút của một thời để nhớ để thương…Tài hoa không hiển hiện đột biến, nhưng ít nhất cũng báo hiệu rằng tia sáng là của ngày mai. Vài tia sáng đầu đời như thế buộc chặc tư hướng sáng tạo định mệnh cho vài hiền giả sau nầy, mà Hoài Ziang Duy là một tia sáng ấm áp định kiếp đó.

Đọc và nghiền ngẫm, ngoài vài ý tưởng tán thán gởi sang nhà văn, tôi chợt trùng điệp hòa đồng khi đọc qua ý tưởng của Phạm Thăng trong lời bạt giản dị, chân tình nhưng thật rõ nét hồn quê trong con tim. "Tôi xếp sách lại mà lòng bâng khuâng .Các truyện ngắn của Hoài Ziang Duy đầy tình người quá…..Và niềm vui thứ hai khi tôi đọc đến những giòng chữ nói về quê nhà thân thương, Tác giả đã viết: Là người ai không có quê hương để nhớ nhung, ấm lòng. Quê tôi có cây cầu sắt bắt ra sông, không có tên, họ gọi là cầu Quan, chỉ để dành riêng cho quan chức thuộc địa mỗi chiều ra hóng gió nghe hòa nhạc. Thuở nhỏ chúng tôi lội dưới chân cầu, những khi trống vắng, leo lên. Cái quần xà lỏn trên thân thể gầy còm, đứng tồng ngồng dưới trời thanh, gió mát. Nhìn lên trời cao, mơ một ngày công hầu khanh tướng.

Tuổi thơ tôi bắt đầu từ đó."

Quả thật, vịn tuổi thơ đứng dậy với nhiều mộng ước, mà là mộng ước của một nhà văn, thì thật tình công hầu khanh tướng như suy nghĩ ngày xưa, có màng gì với một tài năng, một người viết văn làm thơ rất sớm như anh Phạm Thăng nhận định. Và Hoài Ziang Duy đã vượt qua những đoạn đường gian lao bước rực rỡ trên một văn phong hiện thực đầy sáng hóa .

Nhà văn lập dựng nhân vật, thường diễn tả bằng tư hướng đối thoại nặng tính cách tính truyện giữa nội tâm. Thầm lặng đào bới li ti từ khe hở kỷ vãng, để đưa đến nhận định hiện trạng so sánh của suy tư, chất ngất trên lộ trỉnh đi qua. Mà giữa dĩ vãng và hiện thực như đang xoay ngược bản thể trên từng bước di chuyển cho chân lý trong đời sống. Dàn trải tâm thức đời thường trên từng nhân vật, là lối diễn dịch phân tâm cho ngôn ngữ văn chương của Hoài Ziang Duy. Một phong cách nhào nắn tinh vi của từng chuyển biến đối lập của nội tâm, li ti, sâu sát, hóa thân trên hoàn cảnh hóa thân đột biến, (đời thường mà nhân vật trôi dạt trong cảm ngộ). Sự cảm ngộ giữa lý trí và giữa đầy dẫy những ngộ nhận, để làm lộ ra chân tướng hiện thực. Nhân vật trong từng câu chuyện, hình như luôn có tính độc thoại, chao đảo mãnh liệt giữa số kiếp và hoàn cảnh, đơn độc một cách tội nghiệp như giữa cuộc chất vấn bóng và hình, (khiến tri thức như đứng trước gương soi phản quang chính nội tâm và ảnh tượng chính mình (trong một sân khấu độc diễn). Hoài Ziang Duy khai hoang cho một lối viết chan hòa giữa tính truyện, có chi tiết thường đột biến như sự phân thân, nhân vật diễn xuất đa bản thể, như lối viết xé nát bản thể của Kinh Dương Vương…Nhưng tính truyện của Hoài Ziang Duy dù có đối lập trùng trùng nhưng cũng còn vài giây phút nhập thân, thành tụ một kết quả cuối cùng mà người đọc khó suy đoán, trước đối ngẫu hầu như xoay vòng trong những ngộ nhận.

Giữa cái có thể của định số trong hiện thực cuộc đời, phải chăng lại là cách giải quyết của một phương cách kịch tính, bất ngờ, đầy ngộ nhận. Văn phong Hoài Ziang Duy xoáy sâu bằng nội tâm, mà phương cách độc thoại khiến tự truyện vi diệu khác thường, lạ nên riêng biệt vậy.

Suốt hơn 40 năm độc hành theo ngõ sống, lập luận của nhà văn quả là hướng đi tự lập, riêng mình, khó lầm lẫn với đối tác văn chương khác. Phương vị thật đơn lẻ và độc lập, nhưng sáng tạo trong phong cách viết Hoài Ziang Duy là một dấu ấn chân phương. Ngồi đọc lại những tuyển truyện Hoài Ziang Duy viết từ thập niên 60 vừa qua, mới nhận thấy sự đa dạng của một tài hoa tuổi trẻ dù bước vội vàng theo văn nghệ, đã chắt mót được từ nhân dáng những giọt tinh hoa sáng hóa riêng mình. Thế kỷ mới, Văn nghệ học sinh, Hiện diện…là bước

đầu của cây viết trẻ, lập dựng phong thái văn chương đầy sáng tạo sau nầy. Tư thức sáng tạo trong nghệ thuật trải dài gần nửa thế kỷ trôi đi vùn vụt, vô hình chung là chất liệu hóa hiện kỳ diệu cho nhà văn một văn phong riêng lẻ, độc đáo, phong cách…Tất cả nhân vật trong sáng tác đều hướng về một tư thức chân thật, dù nghiêng ngả, rặn nát chân tâm, suy đoán, so bì với hiện thế một cuộc trôi dạt bi thống trong một kiếp người. Cái thật trong cách hành văn của nhà văn, cũng là một cung cách sống suy tư của Hoài Ziang Duy, va chạm giữa bao nhiêu lý lẻ cần phân giải giữa cái thực và cái hư, mà chính yếu lại là cách giải quyết rốt ráo dù từng phân đoạn một.Các phân đoạn sẽ ráp nối ngẫu nhiên, sau khi biến hóa từng phân khúc trên từng đoạn đường bắt đầu hành trình AA' đến A'B rồi tiệm tiến về BB' …v..v…, lần dò từ cái O đến vô cực. Như vậy, kết quả của cốt chuyện trong từng tác phẩm Hoài Ziang Duy dựa dẫm vào sự đột biến mà hình thành trên từng bước đi cách ly nhau, khác biệt nhau, rồi tự ráp nối thành một chuỗi dài, khiến người đọc khó suy đoán kết quả…Quả vậy, mỗi kết quả suy đoán là cung cách lần mò của người đọc, nhưng đường nét kỷ hà của dòng sáng tạo trong từng tính truyện đột biến theo từng thời khắc sáng tác, thì rất khó khăn cho tha nhân nếu muốn tiên đoán kết luận. Hậu quả quyền biến tính truyện trên từng bước đi hiện thực như lối viết của Hoài Ziang Duy, cái đích của cuối đường hầm chưa le lói tinh quang, nên người đọc chỉ lần mò trong khoảng không-thời gian vô thức, sự tiên đoán hướng tới chỉ là sự cảm nhận vô tri. Điều kỳ diệu trong sáng tác như vậy, ngoài sự tự tại với văn chương, còn giúp phong thái lãng du sương khói của người viết thể hiện được đặc thù sáng hóa kỳ diệu, đưa người chiêm ngưỡng có phong cách nhận định đa dạng, tùy hướng tâm tri ngộ của mỗi người.

Dùng hiện thực, tạo lập phong thái văn chương đi đến khai sinh dòng sáng tạo đặc thù, khiến văn phong Hoài Ziang Duy có nét nhìn lập thể, bốc trần được những vướng mắc từ tâm thức với lẽ sống, sự nô lệ thân phận con người là những vướng mắc cần được khai hoang. Nhà văn quả tình đã bước vào độc lộ của hiện thực, gói lại những cuộc réo gọi của cuộc sống vào một hướng sáng tạo văn chương độc đáo, biểu hiện được một phong cách viết có kỷ thuật riêng biệt. Lối viết Hoài Ziang Duy sừng sững như ngọn núi hoang dã vươn mình vững chải dưới đôi chân, có lối viết tương đồng với nhà văn Cung Tích Biền và Kinh Dương Vương, cố gắng khai hoạt hết những khí hậu cùng cực bi thảm trong kiếp người, đưa vào lập trình văn chương cho tồn tại giữa thế gian như một nhân chứng hiện hữu giữa thời đại. Cũng trước những cùng cực, thảm khốc của cuộc sống, nhà văn Kinh Dương Vương bóc tách hiện thực vạch ra những bí ẩn cực đoan tàn nhẩn giữa nhu cầu sự sống, văn Kinh Dương Vương mang đầy sắc thái dương tính như quạt đỏ ngọn lửa săn đuổi cùng cực bản ngã, khai sinh lối viết dằn xé, tách bóc từng tế bào của sự vật, hầu tìm trong sự phân cách ghê rợn giữa bản thể người và thú sự trùng lấp hoang dã và nhân bản. Vì vậy, phong cách văn Kinh Dương Vương đặt nặng một tìm tòi nhân bản sáng hóa bộc phá, nhào lộn bất cứ lúc nào trên ngọn lửa hóa sinh, tìm tòi một sinh thái đa dạng cho ngôn ngữ, diễn đạt một cách tàn phá sâu lắng của ý thức. Điều nầy, Kinh Dương Vương và Hoài Ziang Duy có nét tương đồng trong phong thái khai sinh phương hướng soi rọi tận cùng bản ngã. Nhưng sự đột biến kỳ diệu trong văn Kinh Dương Vương là sự tìm kiếm, kể cả áp dụng sự chao đảo tan nát trước hiện thực, nhào nắn định mệnh con người bằng ngọn lửa dương tính mãnh liệt…Truyện Bí Đái, Đường Kiến… trên các tạp chí trước 1975, như Văn, Văn Học, Bách Khoa…là một lối sáng tạo cực kỳ mãnh liệt. Ngược lại, trên bến đợi của dòng thời gian, như định kiếp tăm tấp trôi chảy trầm lặng của từng mảng lục bình, sự thể hiện trên văn phong Hoài Ziang Duy trước nỗi thống khổ, như một hiện thực tiệm tiến xuôi ngang cuộc đời, lại thay đổi từng bước một, mà "cái ngáp mệt mỏi, che dấu tiếng thở dài, chỉ còn mình ông trong bóng tối" của lão Tư, kể từ lúc đổi đời đã trở thành nạn nhân của thời cuộc. (Truyện, Một Đời Người Một Nỗi Lặng/tác phẩm, Bốn Ngàn Năm Chen Lấn). Sự suy nghĩ trầm lặng đột biến trong một nhân cách, có ai thấu hiểu hết nỗi đau gắn liền với lão Tư là nỗi đau thầm lặng, nhầm lẫn trong ngôn ngữ, nhầm lẫn con người trong lịch sử, trong thực tế cuộc sống, trong bức tường chính trị…Cách diễn tả hiện thực cuộc đời một cách lặng lẽ thăng trầm, không đột biến bằng những nét dị thường, tàn phá như văn Kinh Dương Vương, người viết xem đó là một bản năng kiến trúc đa dạng xấp lớp trong bản thể sinh vật, dằn xé tang thương, ẩn ức sâu thẩm, bùng vỡ tàn nhẫn, trăn trở dằn xé và đọa đầy…Quả thật, trên bước đường sáng hóa nghệ thuật, hai nhà văn đã trình diện hai phương cách giải quyết hiện thực khác biệt.

Nhà văn Cung Tích Biền như ngọn núi sừng sững, hiện thân như một yếu chỉ phải có trong dòng văn chương Việt. Cung Tích Biền bắt đầu là một hiện tượng văn học ngay từ thời tuần báo Nghệ Thuật của Mai Thảo, cách đây gần nửa thế kỷ. Nhưng sau 1975, Cung Tích Biền đã hóa thân một cách lộng lẫy, văn phong là một hướng tinh quang hiện thực, phát tích một khuynh hướng tân văn cực kỳ bác học. Phá vỡ những giai đoạn viễn vong của thời Nghệ Thuật xa xưa, nhà văn Cung Tích Biền đứng dậy bước vào thực tế của một cuộc sống đầy rẫy tà mị, của một lớp người quái dị làm chao đảo cả một xã hội văn hiến ngàn đời. Đi giữa một hiện thể hoang dã, phủ đầy sương khói liêu trai quái đản, nên những bộ trường thiên tiểu thuyết của nhà văn, đã là nhân chứng lập thể cho thời cuộc? Tính truyện của bộ sách tuyệt diệu, đa phong cách đầy rẫy nét hóa thân kinh dị, quái quỷ, liêu trai … từ Chuồng Trại (hay Truồng Chạy) đến Thằng Bắt Quỷ ..v…v…

Cung cách khai sáng dòng văn chương của ba nhà văn là phương cách lập ngôn, trình diện với hiện thực bằng một con đường đi về hướng vĩnh cửu khác nhau, nhưng tụ chung ánh tinh quang vi diệu của ba phong cách, đã bộc phá được sự yên lặng mòn mỏi nghèo nàn của lối đi vào văn học hôm nay.

Suốt quãng đường hành hiệp gần nửa thế kỷ nay, tính truyện trong suốt đời cặm cụi sáng tác của nhà văn Hoài Ziang Duy, bao giờ cũng đầy rẫy nét sáng tạo tư duy nhất quán, hồn hậu của con suối dòng sông, của ngọn núi tĩnh lặng, của mênh mang đồng bằng…Nhà văn vác trên vai một hướng đi tự lập, mà phong cách sáng tạo trong văn phong là một độc đáo riêng biệt, đầy tình người, bằng một lối viết mà nhà văn Xuân Vũ bật lên lời kinh ngạc: " lối viết của Hoài Ziang Duy là một lối viết lạ kỳ, không giống ai, hoặc tôi chưa từng thấy giống ai trong nghệ thuật viết truyện ngắn, Cái lạ kỳ nẩy có hai nhánh. Lạ kỳ quái gở và lạ kỳ nghệ thuật. Truyện của Hoài Ziang Duy nằm ở nhánh thứ hai ."

NGÔ NGUYÊN NGHIỄM
Viết tại Thư Trang Quang Hạnh
Quê hương, ngày 01.03.2013

SA CHI LỆ

ĐAM MÊ

Bảy năm góp lại ngồi đong đếm
Chưa đủ tháng ngày nhụy khai hoa
Khói hương kỳ lạ xông vầng trán
Khuya nhíu mày trăng cũng không hay

Đam mê nóc cạn bình khô rượu
Ta vẫn đào sâu huyệt nhớ thương
Suối chan chứa như nguồn biển thánh
Em dạt dào hơn sóng đại dương

Thư tình thuở trước nằm cựa quậy
Thúc một vì sao bật gốc nghiêng
Lá xanh trái chín lung linh lạ
Nhòa bóng trần gian lượn đảo điên…

Ta thay áo mão nghiêm trang mộng
Lướt gió tìm em khắp mê cung
Bất ngờ dẫm nát thang cường điệu
Bốn cõi huyền vi hiện dáng em

Nụ cười dục thúy chim ngơ ngác
Chói rạng hào quang ngũ sắc hoa
Niềm tin nguyên thủy luôn trầm mặc
Hóa kiếp thành tinh mắt dã ca

Ta uống mãi ứ tràn ly sủng ái
Ôi nghìn đêm nén thở một màu da
Ta chiêm ngưỡng đến tim ngừng máu dại
Hóa thành dòng sông đôi mắt phù sa…

SA CHI LỆ

SA CHI LỆ
GIỜ KHAI SINH TRÁI ĐẤT

Lắng nghe suốt qua thời gian đứa bé chào đời
Côn trùng đứng dậy trong lòng đất cầu nguyện hạnh phúc
Những bông hoa cỏ non làm mát bầu trời
Chim mây xếp cánh đi dự ngày đại hội

Bầy kiến đen say sưa vẽ một vòng tròn
Thần thánh cận thị quỳ xuống đặt tên định mệnh
Trên ngai cao hình nhân bù nhìn cúi đầu
Nụ cười theo sau tiếng khóc vỗ về đắng cay

Bên bờ phù du mọc nhiều buồn thảm
Cánh bèo trôi định nghĩa được những gì
Tiếng nói nào cho con người không còn nhắm mắt
Mầu nhiệm nào sao chưa mầu nhiệm cuộc đời?

Thượng đế đã thành hạt cát hiển vi
Ngày ngày chấp nhận biển lời khinh bỉ
Theo những bước chân ăn mày què quặc van xin
Đó là con đường tràn đầy mật ngọt
Mà đứa bé chào đời phải bắt đầu khởi hành

Tụng niệm thời gian như một thánh kinh
Ngồi nhai tội lỗi ngon lành vào buổi sáng
Ôi! Hồn nhiên là nỗi chết kinh hoàng!
Chúng ta đang và sẽ bắt gặp chung quanh đứa bé…

SA CHI LỆ

PHẠM QUỐC BẢO
Sống Giữa Sắc Màu Nhân Sinh

Tôi còn nhớ rõ: Cách đây bảy mươi năm, gia đình mới từ Hànội di cư vào Sàigòn, tôi mới 11 tuổi và năm tháng sau, mẹ tôi mất vì chứng mà hồi ấy bệnh viện ghi trong giấy khai tử là hậu sản: Bà mới sinh đứa em trai út được bảy ngày thì vào Nam. Bố tôi lúc ấy chưa đầy 44 tuổi, ông ở vậy làm công nhân viên của nha khí tượng, ký cóp nuôi một đàn con bảy đứa, cho đến khi qua đời năm 1974. Hình ảnh mà tôi chưa hề quên là trước giường bố tôi nằm lúc nào cũng thấy treo một miếng bìa cứng, trên đó dán thời khóa biểu một tuần lễ do chính tay ông kẽ chia ô và viết ra chi tiết hoạt động từng ngày - từng giờ một để nhắc nhở và áp dụng cho riêng cá nhân ông!

Nhớ lại như vậy, tôi nghiệm thấy: Suối đời, từ đấy đến nay, xem ra tôi chỉ lưu lại trong tâm trí một thói quen mà chẳng biết tự bao giờ đã thành nếp sinh hoạt của cuộc sống hằng ngày riêng mình là luôn biết tự xét, như kết quả rõ rệt nhất học hỏi từ người thân sinh ra mình.

- 1-

Những gì xảy đến nát nhầu tâm can1

Vẫn theo nếp quen đọc báo hằng ngày, và tôi chợt xem thấy nguồn tin nguyên văn như sau:

ĐỒNG NAI, Việt Nam (NV) - Sau khi giết người tình là nhân viên y tế, bác sĩ ở bệnh viện Đa Khoa Tỉnh Đồng Nai đã lấy nhiều tài sản của nạn nhân rồi cắt thi thể để phi tang.

Theo báo VNExpress hôm 6 Tháng Năm, Công An Tỉnh Đồng Nai đã khởi tố bị can Danh Sơn, 36 tuổi, bác sĩ Khoa Ngoại, bệnh viện Đa Khoa Tỉnh Đồng Nai, về tội "giết người và cướp tài sản," đồng thời tiếp tục làm rõ dấu hiệu của tội "xâm phạm thi thể."

Qua điều tra bước đầu, cơ quan hữu trách xác định bị can Sơn đã dùng thuốc an thần bơm vào bình truyền nước, "vượt liều lượng cho phép nhiều lần" với mục đích làm cho người tình là cô TTBN, 37 tuổi, nhân viên y tế, nhà

1 Lấy Kiều, từ nguyên văn: "Trải qua một cuộc bể dâu / Những điều trông thấy mà đau đớn lòng" (câu thứ 3 & 4, Truyện Kiều của Nguyễn Du) ở phường Trung Dũng, thành phố Biên Hòa, thiệt mạng.

Khi nạn nhân đã bất tỉnh, bị can Sơn đã dùng dao mổ cắt thi thể xác nạn nhân đem phi tang. Ngoài ra, hung thủ còn lấy một số tài sản của người tình. Khai với công an, bị can Sơn cho biết có quan hệ tình cảm với nạn nhân N. khoảng một năm trước, dù cả hai đã có gia đình riêng.

Thời gian gần đây, cô N. thông báo mình đã mang thai là con của bị can, lo sợ gia đình biết chuyện "sẽ ảnh hưởng đến danh dự và công việc của cả hai người."

Trưa 13 Tháng Tư, trong lúc bị can Sơn đang trực tại bệnh viện Đa Khoa Đồng Nai thì cô N. đến nói chuyện, cùng tìm cách giải quyết. Một lúc sau, nghe người tình than mệt, bị can Sơn đã truyền nước biển cho cô N. tại phòng trực riêng của mình.

Trong lúc truyền nước biển, bị can Sơn nghĩ đến mâu thuẫn giữa bản thân và người tình "không thể giải quyết được." Do đó, nhân cơ hội này đã dùng nhiều thuốc an thần bơm vào bình truyền nước để làm cho người tình thiệt mạng. Một lúc sau, khi xác định cô N. đã chết, hung thủ đã dùng dao mổ cắt thi thể người tình thành nhiều mảnh, đem phi tang trong khu công nghiệp ở thành phố Biên Hòa và khu rừng thuộc xã Thiện Tân, huyện Vĩnh Cửu.

Về phần gia đình cô N., sau ba ngày không thể liên lạc từ khi chở con đi học, hôm 16 Tháng Tư họ đã trình báo với Công An Thành Phố Biên Hòa, và đăng tin trên mạng xã hội nhờ tìm tung tích nạn nhân.

Khi mở cuộc điều tra, Công An Tỉnh Đồng Nai xác định Bác Sĩ Danh Sơn có nhiều nghi vấn liên quan, bởi lúc đưa con đi học rồi mất tích, nạn nhân N. có liên lạc với ông Sơn nên đã triệu tập ông này.

Với nhiều bằng chứng liên quan, hôm 27 Tháng Tư, công an bắt giữ ông Sơn.

Khám xét nơi ở và làm việc của bị can, công an còn thu giữ

một khẩu súng Rulo (súng lục) có năm viên đạn; hai chiếc nhẫn nghi (là) của nạn nhân. (Tr.N) [kn]

[trích :https://www.nguoi-viet.com/viet-nam/bac- si-o-dong-nai-bi-khoi-to-giet-nguoi-tinh-cuop-tai- san/ đăng vào May 6, 2024]

**

Giật mình, vội tìm trong Google để tái xác nhận nguồn tin trên, tôi đọc thêm được:

ĐỒNG NAI: Theo cảnh sát, sau khi giết người tình là nhân viên y tế, bác sĩ Danh Sơn đã lấy nhiều tài sản của nạn nhân rồi phân xác phi tang. Ngày 6/5, Sơn, 36 tuổi, bị Công an tỉnh Đồng Nai khởi tố về tội Giết người và Cướp tài sản; tiếp tục làm rõ dấu hiệu của tội Xâm phạm thi thể.

Theo cơ quan điều tra, bác sĩ Sơn và nữ nhân viên y tế (làm tự do) 37 tuổi có quan hệ tình cảm từ một năm trước, dù đều đã có gia đình riêng. Thời gian gần đây hai người xảy ra mâu thuẫn do ghen tuông.

Lo sợ gia đình biết chuyện "quan hệ ngoài luồng" sẽ ảnh hưởng đến danh dự và công việc của cả hai (không phải người phụ nữ thông báo có thai với Sơn như thông tin ban đầu), trưa 13/4 chị này đến Bệnh viện đa khoa Đồng Nai tìm Sơn nói chuyện, cùng tìm cách giải quyết. Một lúc sau, chị than mệt, được Sơn truyền nước tại phòng trực của mình.

Nhà chức trách cáo buộc, Sơn đã lấy thuốc an thần bơm vào bình nước truyền (vượt liều lượng cho phép nhiều lần) với mục đích làm cho người tình tử vong. Sau đó, bác sĩ đã dùng dao mổ phân xác nạn nhân, đem phi tang trong Khu công nghiệp ở TP Biên Hòa và ở khu rừng thuộc xã Thiện Tân, huyện Vĩnh Cửu. Sau 3 ngày nạn nhân mất tích, gia đình không thể liên lạc nên trình báo công an.

Vào cuộc điều tra, cảnh sát phát hiện nhiều dấu hiệu bất thường giữa nạn nhân và Danh Sơn nên triệu tập làm việc. Nghi phạm một mực phủ nhận liên quan đến việc mất tích của nữ nhân viên y tế. Tuy nhiên, đến ngày 26/4, Sơn đã thừa nhận hành vi sát hại nạn nhân và chỉ chỗ phi tang xác.

Cơ quan điều tra xác định, sau khi sát hại người tình Sơn

đã lấy nhiều tài sản rồi phi tang thi thể. Khám xét nhà của bác sĩ này, cảnh sát tìm thấy hai nhẫn vàng của nạn nhân. Trước đó, người phụ nữ từng nhiều lần chuyển tiền cho Sơn.

[trích:https://vnexpress.net/bac-si-bi-cao-buoc-giet-nu-nhan-vien-y-te-roi-cuop-tai-san-4742586.html; Thứ hai, 6/5/2024, 13:53]

**

Tôi ngẩn ngơ: Danh Sơn, có phải đấy là 'đứa con' mà vợ chồng tôi đã được một bạn dạy học cũ trước 75 và vẫn tiếp tục sống ở trong nước giới thiệu trong những dịp giúp đỡ chút ít chi phí mua sách học khi nó đang theo đuổi ngành y, cách đây cả trên hai chục năm? Và tiếp theo đó, tôi lục ra cuốn sách có tựa đề "Tâm Tình Một Nẻo Quê Chung" xuất bản năm 2015, ngay phần đầu của tiểu tít "Con & Bố Mẹ trên Email" tôi có nhắc đến nó, nguyên văn như sau:

"Bố mẹ kính yêu!

Nhân ngày đầu tiên của năm mới, con xin kính chúc Bố Mẹ, các anh chị cùng các cháu luôn dồi dào sức khỏe, thành công trong cuộc sống và luôn hạnh phúc!

Con, Danh Sơn

(On Wednesday, January 01, 2014, 8:33 AM, Danh Sơn wrote]

Cũng trong sách ấy, ngay ngày hôm sau, tôi đã viết trả lời:

Cảm ơn con, Danh Sơn ạ

Bố mẹ cũng chúc con & gia quyến dồi dào sức khỏe trong năm mới, 2014. Mong con làm việc được may mắn ở nơi làm việc mới của con. PQBảo.

Nhưng quan trọng hơn cả là vào ngày thứ hai 14 tháng bảy, 2014, cậu em trai út của vợ tôi vẫn sống trong nước và đang là đại diện cho vợ chồng tôi liên lạc với nhóm tình thương gồm những đứa con tinh thần của vợ chồng tôi. Cậu em ấy đã viết email báo rằng:

"Kính anh chị,

Tin vui là cháu Danh Sơn nhà mình là một thành viên trong ê kíp mổ cứu bệnh nhân này (trong bản tin & hình dưới đây)

Vài hàng chúc gia đình anh chị luôn vui khỏe" Em.

Bản tin đề ngày 7-7-2014 có nội dung nguyên văn viết như sau:

"(ĐN).- Hai ngày sau khi được các bác sĩ Bệnh viện đa khoa Đồng Nai phẫu thuật khẩn cấp và cứu sống, bệnh nhân Nguyễn sỹ Trường, 30 tuổi, bị tai nạn giao thông ở tình trạng nguy kịch do đa chấn thương, đã tỉnh táo và sức khỏe hồi phục khá tốt.

Lúc 1 giờ 35, ngày 5-7, Bệnh viện đa khoa Đồng Nai tiếp nhận bệnh nhân Trường được chuyển từ Bệnh viện đa khoa thị trấn Dĩ An (tỉnh Bình Dương) đến trong tình trạng nguy kịch: lơ mơ, hôn mê, sốc do đa chấn thương nặng phần ngực bụng, huyết áp tụt rất thấp. Chẩn đoán ban đầu: vỡ gan, vỡ lá lách, tràn dịch ổ bụng...

Bác sĩ Trần Hồ Long Thành và kíp mổ đã tiến hành phẫu thuật và thấy phổi bị tràn khí, gãy 3 xương sườn 4-5-6.Mở lồng bụng bệnh nhân thấy vỡ lá lách, nhiều phần nội tạng bị tổn thương. Tuy đã xử lý những bộ phận bị vỡ rách nhưng kíp mổ thấy máu vẫn tràn trong ổ bụng rất nhiều, thậm chí trào ngược cả lên ống thông dạ dày. Lúc này bác sĩ Ngô Đức Để, trưởng khoa ngoại tổng quát vào hỗ trợ và bác sĩ Để đã phát hiện bên trong dạ dày của bệnh nhân có 2 vết rách dài, chính sự kiện này đã dẫn đến tình trạng chảy máu nhiều.

Ngoài ra, bác sĩ Để cũng phát hiện tụy tạng bị đứt đôi nhưng gan không vỡ, tuyến thượng thận cũng đứt nhưng thận vẫn nguyên - đây là những trường hợp rất hiếm gặp. Bởi, thường 2 tạng này sẽ bị ảnh hưởng khi gan và thận bị tổn thương. Ca phẫu thuật kéo dài 4 giờ đồng hồ, bệnh nhân được truyền 15 đơn vị máu...

Phương Liễu."2 Xin đọc vào chi tiết tiểu đề" tâm Tình Dẫn Vào Chuyện "(trang 5-18) trong cuốn Tâm Tình Một Nẻo Quê Chung, Người Việt Books xuất bản năm 2015.

Tôi đọc lại mấy đoạn trên một lần nữa, rồi ngó vào tấm ảnh chụp Danh Sơn đang phụ với bác sĩ Ngô Đức Để thăm khám bệnh nhân tại giường bệnh...

Cứ thế, tôi nhìn trân vào Danh Sơn trong hình, đầu óc u mê... và lặng người đi... Tôi chỉ muốn thổ lộ rằng:

- Chưa hoàn toàn đủ yếu tố xác định được rằng thật sự

Danh Sơn này có đúng là đứa mà vợ chồng tôi đã trợ giúp chút đỉnh trước đây trên hai thập niên hay không. Nhưng dù sao đi nữa, lòng tôi vẫn nổi lên niềm ân hận là sức sống của mình mấy chục năm nay đã không đủ khả năng tích cực giúp đỡ để đến nỗi cá nhân nó (nếu đây chính thật là nó) đã biến thái tâm tính tới độ như vậy.

- Còn bây giờ nó đang trong tình trạng cực kỳ khó khăn, tôi cũng chưa tìm được cách nào có thể hữu hiệu trợ giúp nó, cả về vật chất lẫn tinh thần.

Sự bất lực này ít nhất trao cho tôi một ý tưởng là con người sống luôn gặp phải những điều ngoài ý muốn. Vậy thì hãy luôn tự rèn luyện mình làm sao để có thể một mặt biết chịu đựng, mặt khác thì phải luôn tích cực suy nghĩ tìm cho ra cách giải tỏa được chừng nào hay chừng những khó khăn xảy đến cho mình lẫn cho những ai liên quan với mình.

- 2-

Những gì xảy đến nôn nao cõi lòng3

Rồi bẵng đi trong bối rối tâm tư, đến thứ Hai 19 tháng Tám - 2024, tôi lại nhận được email của đứa con gái nuôi Lê Thị Hà, cùng thời với Danh Sơn trong nhóm những đứa con Tình Thương của vợ chồng tôi. Nguyên văn 'Bé Hà' viết:

"Gửi bố Bảo và mẹ Hương yêu

Dạ con chào bố Bảo và mẹ Hương yêu!

Bố mẹ ơi! Bố mẹ bên đó có khỏe không ạ? Cuộc
sống của bố mẹ ổn không ạ?

Mấy tháng qua con xảy ra nhiều việc nên giờ con mới viết thư cho bố mẹ được: Con đã có kể với bố mẹ là ngày ở Sài Gòn nóng, con mang bầu. Vốn thân nhiệt nên mang bầu lại gặp phải thời tiết nóng nữa, Con bị liên tục 5 đêm không ngủ được, em bé trong bụng con suy dinh dưỡng. Buồn quá trời, con đã quyết định chuyển đến nhà bạn con sống. Nhà bạn con cũng thuê trọ, nó chơi thân với con đã 7 năm rồi. Nhà nó quê ở Đức Trọng - Lâm Đồng, 5 chị em lên Sài Gòn học đại học rồi sống chung với nhau, nó thuê 1 căn nhà cho 5 đứa ở. Nó làm dược sĩ, 1 em gái là nha sĩ, 1 em trai trợ thủ nha sĩ, 1 em trai nữa hành nghề bác sĩ

3 Lẩy Kiều, từ nguyên văn: "Trải qua một cuộc bể dâu /

Những điều trông thấy mà đau đớn lòng" (câu thứ 3 & 4, Truyện Kiều của Nguyễn Du) ngoại niệu, còn đứa em gái út là chuyên viên kinh tế . Mấy chị em nó rất tốt với con: Con đến ở chung, ai cũng nhiệt tình vui vẻ. Mấy đứa chia nhau làm hết việc nhà, không cho con đụng tay đụng chân việc nào hết, từ cơm nước - giặt đồ - lau dọn nhà cửa. Có điểm quan trọng là nhà nó có gắn máy lạnh nên đêm con mới ngủ được. Nhờ vậy em bé tăng cân lên nặng vừa đủ được như cái thai bình thường. Còn đi làm thì con thuê xe máy hoặc ô tô chở đi...

Nhớ lại những ngày đó, con đếm từng ngày ra đời của bé, tính từng gram cân nặng của thai nhi, mong sao nó đủ ký sinh ra cho bằng bạn bằng bè. Rồi đến hôm con đang ngủ thì vỡ nước ối. Mấy đứa lăng xăng lo thuê xe đưa con vô bệnh viện. Hôm đó con vỡ ối vào 1g sáng, vô viện mà quặn quoại đau bụng từ 3g sáng đến chiều 17g mới sinh. Phải trợ giúp bằng dụng cụ mới lôi được em bé ra. Rồi biến chứng băng huyết sau khi sinh do tổn thương tầng sinh môn nhiều.

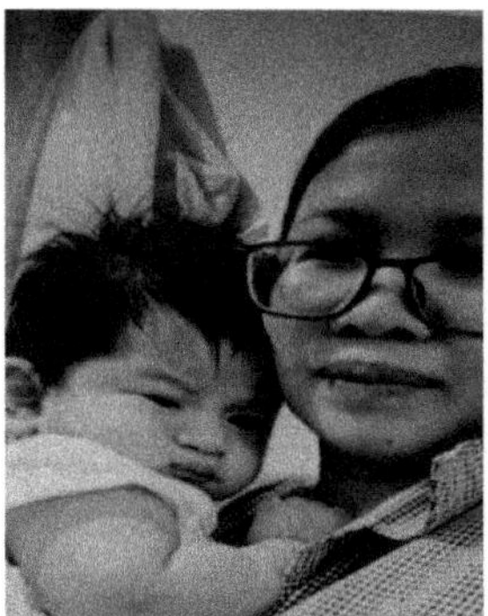
Hai mẹ con Hà Lê.

Con đi sinh tại bệnh viện Từ Dũ, nơi chị Ái Hòa đang phục vụ. Chị vốn là bạn thân của chị Như bên học bổng của bố Bảo đấy ạ. Chị Như ngày trước ở chung phòng với con và chị cũng đã rất tốt với con, mẹ Hương cũng có biết thế. Trường hợp sinh sản của con là một ca khó: lúc con sinh, cả một ekip trực đến 6-7 người trợ giúp. Tại con mang danh là bác sĩ ở bệnh viện Chợ Rẫy, lại thêm có chị Ái Hòa gửi gắm, ai cũng quan tâm. Nữ hộ sinh lẫn bác sĩ chuyên khoa đến hỏi thăm thường xuyên. Họ không cho học viên khám và lấy máu mà tự nhân viên bệnh viện làm.

Nghĩ đến ngày đó con sợ quá, bố mẹ ạ. Đúng là không đau gì bằng đau đẻ, cảm giác bước qua cửa tử! Lúc sinh xong, chị Ái Hòa nói rằng sao chị gọi vào mà điện thoại em không liên lạc được. Con nói: Em gái của em đã giữ điện thoại của em. Nó nằm ngủ ở ghế đá bệnh viện, người ta lấy trộm điện thoại của em hồi nào mà nó không hay biết. Quả thật là vậy bố mẹ ạ. Sau đó, em gái con gọi thì điện khóa hết sim, tài khoản ngân hàng của con sợ người ta ăn trộm điện thoại rồi dùng nó lấy tiền trong tài khoản hoặc lừa đảo vay tiền người khác. Vậy đó!

Vừa sinh xong, như mới bước qua cửa tử, tưởng xong mà chuyện sau đó còn gian nan ghê: Con chưa có kinh nghiệm về sữa mẹ. Theo như chỗ con học thì cứ cho bé bú sữa mẹ, nhưng khổ nổi bé Bao quá yếu, không chịu bú. Hai hôm sau, con bị căng sữa đau nhức. Hai bên ngực đau kinh khủng, đau bằng phân nửa cơn đau đẻ! Bé vẫn bú nhưng kém, nên vú quá căng tức, bé thì yếu ớt nên bú không được nhiều. Lúc đầu con không biết, đi mua máy hút sữa cầm tay, tốn 500k mà hút đau kinh khủng.

Qua đến ngày thứ 4, con phải mua máy hút sữa chạy bằng điện tự động hút thì mới hiệu quả. rồi qua ngày thứ 5 mới tạm ổn hơn. Còn ngày thứ 3, bé Bao bị sốt, nó bị nhiễm trùng sơ sinh sớm, khả năng vì chuyển dạ kéo dài, ối vỡ lâu nên bị phơi nhiễm. Bao phải đi chích kháng sinh, xong đến ngày 4 nó lại bị chứng vàng da, nên phải chiếu đèn. Lẽ ra sinh sau 3 ngày là bình thường con được xuất viện. Nhưng vì bé Bao phải ở lại chích thuốc kháng sinh, chiếu đèn nên con cũng phải ở lại với Bao cho đến 7 ngày sau mới có thể xuất viện.

Sau khi xuất viện, con đưa bé về Lâm Hà (thuộc Lâm Đồng), nhà bố mẹ chồng con. Còn ông chồng con thì đi làm ở Đà Lạt, cách nhà 45 km nên ông ấy ở trọ lại, cuối tuần mà nếu không trùng lịch trực thì ông ấy mới về Lâm Hà. Về nhà, Bao tạm ngoan được 1 tuần. Qua tuần thứ 3 anh ta quấy khóc ngày nào cũng từ 2-6 giờ sáng, mệt mới thiếp đi. Đêm ngày gì anh ta cũng ngủ ít, khiến con cũng kiệt quệ theo. Lúc đầu con kiên quyết không cho ông nội bế ẵm nhiều, sợ thành thóc quen, sau này cứ phải ẵm bế anh ta hoài. Nhưng sau tuần thứ 3 quấy gắt, anh ta nổi ban-sốt. Thế là sau đó suốt ngày anh ta được bế trên tay: Ông nội giành bế 6-8 tiếng 1 ngày, còn bao nhiêu tiếng con bế. Thế là thói quen hình thành, chỉ bế ẵm, rồi bú tí mẹ mới ngủ xuống giường là không chịu, cả ngày chỉ thích được ôm.

Còn chồng con thường ông ấy về cuối tuần. Tuần nào

trùng lịch trực cuối tuần thì ông ấy sống một mình ở Đà Lạt: Ăn uống thất thường, thời tiết Đà Lạt lạnh, thêm mỗi lần về thì ông phải đi làm sớm vào thứ 2, lúc 5g sáng. Cứ vậy, ông ấy bị viêm xoang nữa: Khám bệnh nhi, từ mấy đứa nhiễm siêu vi lây, ông ấy lại mang bệnh về lây cho cả 2 mẹ con con. Mỗi lần Bao bệnh, nó lại bị khó ngủ hơn, quấy khóc, tội cả nó lẫn mình, bố mẹ ạ. Còn ông chồng con thì bệnh triền miên, hết đợt này đến đợt khác. Có tuần thấy ông ấy bệnh mệt quá, con không cho về.

Ngày Bao nó mới lọt lòng, ông bà nội còn thích bế, do chỉ cần ngồi im mà không cần nói chuyện hay không đi lại nhiều. Khoảng 1 tháng gần đây, anh ta lớn hơn, chắc tò mò về thế giới xung quanh nên anh ta bắt bế đi lại. Một ngày bế anh ta phải đi lại quanh nhà mấy trăm lần. Anh ta ngày một nặng hơn, rồi còn phải nói chuyện với, anh ta mới chịu, không là anh ta khóc.

Con cũng thấy mệt đứ huống chi ông bà nội. Nên ông bà bớt bế lại, thế là con lại gánh nặng hơn: Đêm anh ta cứ thích bế ẵm, 22-23g30 mới chịu ngủ đến 8g sáng. Trong thời gian đó anh ta dậy từ 6 đến 11 lần đòi bú, rồi bắt con ẵm: Tỉnh giấc mà không được ẵm, không tí mẹ là la làng. Từ 17g đến 22 hoặc 23g30 là thời gian gắt ngủ, dù bế dù nói gì anh ta cũng cáu gắt, khóc nhèo nhẹo. 3 tháng qua không khi nào con rời được Bao. Con quá mệt mỏi do thức đêm kéo dài, kiệt quệ về thể chất lẫn tinh thần, thậm chí còn có dấu hiệu muốn trầm cảm nặng... Xong, vào tuần qua con đã ráng tập thói quen: Để anh ta tự ngủ, không bế ẵm khi ngủ, không lệ thuộc phải có tí mẹ để ru ngủ. Luyện anh theo phương pháp EASY mà con đọc được trong cuốn sách "nuôi con không phải cuộc chiến": Khi trẻ buồn ngủ thì cho mặc nhộng (nó như túi vải bó sát tay chân, tạo cảm giác như được mẹ ôm để giảm tật giật mình). Chỉ bế trẻ lên an ủi vài câu , rồi đặt trẻ lại nằm xuống giường, cho trẻ tự đưa mình vào giấc ngủ. Tối cho trẻ ngủ từ 18g30 thay vì 22-23g30 như trước.

Ngày thứ nhất, anh ta khóc từ 30 phút đến một tiếng, rồi thiếp ngủ được ít. Ngày thứ hai, anh ta khóc thét, mỗi cử 1 tiếng, và hầu như cả ngày anh ta không ngủ được gì! Con xót quá, muốn bỏ cuộc, đó là chưa kể anh ta còn giận hờn: Bình thường một đứa trẻ hoạt bát, hỏi chuyện là trả lời, cười. Thế mà ngày thứ

2 anh ta không nói không cười; ai hỏi gì cũng làm lơ như không nghe không thấy. Con buồn quá trời, sợ anh ta thay đổi tâm tính. Nhưng nói trộm vía, đến ngày 3 thì anh ta ít khóc hơn, chỉ khóc 3-10 phút, không khóc thét như trước, rồi vui vẻ trở lại. Cho tới những ngày sau đó, dù giấc ngủ ngày còn ngắn: từ 40 phút đến 2 tiếng, đêm anh ta dậy 3-4 lần để bú mẹ...

Hiện bây giờ thì anh mới đang trở lại giống đứa trẻ bình thường rồi nè bố mẹ ơi! Con cũng quay lại bà mẹ bỉm bình thường... Chứ còn cứ như 3 tháng qua, chắc con không sống nổi. Giữa các giấc ngủ ban ngày, anh ta vẫn được bế ẵm, đi tới đi lui trong nhà. Chiều thì cho anh ta nằm xe đẩy ra ngoài sân chơi, anh ta tỏ ra rất thích rồi ạ. Nhờ phương pháp tự ngủ nên anh ta không trải qua giai đoạn gắt ngủ nữa. Bài học đầu đời về tính tự lập của anh đã được bắt đầu từ thói quen tự ngủ.

Còn về điện thoại, con đã mua lại nhưng đặt theo chế độ máy bay (?) để giảm sóng điện thoại ảnh hưởng đến Bao. Thêm nữa, để tiện liên lạc, bố Bảo cho con xin facebook để con gọi điện cho bố mẹ tiện lợi hơn, mà bố mẹ cũng thấy được Bao lớn lên từng ngày ạ. Còn về hình ảnh, bố mẹ gửi địa chỉ sẵn cho con, để vài tháng nữa ổn định thì con đi làm lại ở Sài Gòn , lúc ấy con sẽ rửa hình đám cưới của con và hình Bao gửi bố mẹ sau, nha...

Nhắc đến chuyện vào Sài Gòn, con lại lo lắng, bố mẹ ạ: Thường con đi làm rất cực, về đến nhà là con nằm dài thở phì phò, bây giờ lại còn phải lo thêm cho Bao nữa! Môi trường con làm việc trong bệnh viện rất nhiều vi khuẩn kháng thuốc, con rất lo lây nhiễm cho Bao. Hiện Bao bú sữa mẹ hoàn toàn, mỗi 2-3 giờ một lần. Sau này đi làm lại, con sẽ cố gắng cho anh ta bú cử sáng, trưa về 1 cử và chiều tối thêm 1 cữ nữa, rồi cũng phải cho anh ta ăn dặm thêm. Nghĩ thôi cũng đã thấy tội anh ta, bố mẹ ạ.

Chồng con vẫn còn làm việc ở Đà Lạt, ông ấy nói để vài năm hết nhiệm kỳ trưởng khoa, có người đi học ở bệnh viện về thay. Còn thấy không ổn thì ông ấy cũng sẽ xuống Sài Gòn với con ạ. Thực ra ở tuyến cơ sở, mang tiếng lãnh đạo nhưng thực tế thì phải làm đủ thứ việc, còn cực hơn lính, lương thì tính tổng hết, bao gồm cả tiền trực, được 10 triệu 1 tháng ạ. Trừ tiền nhà trọ - tiền ăn, còn không đủ nuôi con với Bao đâu!

Cho nên sau 6 tháng là con xuống Sài Gòn làm lại ,hoặc bà nội hoặc bà ngoại phải đi cùng để chăm cho Bao phụ con. Mẹ con - bà ngoại của Bao, cách đây 1 tháng mới bị tai nạn xe máy: Tội lắm bố mẹ ạ, bố mẹ con ra đồng lúa đi xe máy; khi đi bố chở mẹ, khi về bố con kêu bố ở lại làm thêm, trời đổ mưa bắt buộc mẹ con về trước. Mẹ con đội nón lá, trời bắt đầu mưa, gió thổi ập nón lá vào mặt, mẹ phanh (thắng) gấp quá nên bị té. Càng xe quệt 1 đường vào chân khá nặng, máu chảy rất nhiều.

Mẹ đẻ con đến nhà ông y sĩ của làng xin khâu rửa vết thương. Mẹ con kể: Trong khi mưa ướt hết người, rét run, máu đang chảy mà ông ấy cứ chậm chạp, tắm giặt sửa soạn rất lâu. Rồi khi rửa khâu vết thương xong, ông ấy chích thuốc kháng sinh cho mẹ con.

Bố mẹ đẻ của con giấu không nói cho con biết. Qua ngày thứ 2 bà mới gọi bảo vết thương còn sưng nhiều, đau nhiều thì phải làm sao? Con nói bố mẹ con phải lên bệnh viện huyện kiểm tra, nhưng bố mẹ con nhất quyết không chịu. Ông y sĩ kia cũng không chịu, ông ấy muốn giữ ở nhà điều trị để lấy tiền.

Hơn 1 năm nay mẹ đẻ con đang làm công nhân của công ty giày da trên huyện; nên qua ngày 3, công ty không đồng ý cho mẹ nghỉ, rồi phải có giấy nghỉ ốm ở bệnh viện nộp về thì mới được hưởng bảo hiểm xã hội. Ông y sĩ kia vẫn nhất quyết không chịu cho mẹ con đi viện, mẹ con phải lên viện xin giấy nghỉ ốm nộp vào công ty rồi về cho ông ta điều trị tiếp.

Mẹ con lên bệnh viện huyện thì người ta yêu cầu phải nhập viện do vết thương nhiễm trùng, để được điều trị kháng sinh và chăm sóc vết thương. Mẹ đẻ con nói, hôm sau người ta phải cắt chỉ sớm và nặn ra rất nhiều mủ.

Trong khi ông y sĩ kia lẫn bố ông ta liên tiếp gọi điện chửi bố mẹ đẻ con là vô ơn: Lúc cần chảy máu thì đến, lúc chỉ rửa vết thương lấy tiền ai cũng làm được thì bỏ đi. Họ gọi liên tục cho mẹ con quá trời. Chao ôi! bố mẹ đẻ con hiền quá, chỉ biết im lặng, xin lỗi. Trong khi cái ông y sĩ kia không biết thương bệnh nhân:

Theo luật khám chữa bệnh thì sau khi sơ cứu, phải chuyển bệnh nhân đến cơ sở khám chữa bệnh có đủ phương tiện chăm sóc và tuyệt đối không ngăn cản bệnh nhân đến cơ sở khám chữa bệnh mỗi khi bệnh nhân cần đến. Ông ta đã làm sai quấy cả 2 điều, mà còn chửi ngược lại bệnh nhân.

Đó là chưa kể tới chuyện tiền ông ta bắt bệnh nhân trả nhiều gấp 10 lần bệnh viện! Người ta hay nói "1 đời làm y, 3 đời suy vi." Đó là câu mà con luôn nhớ từ thời còn là sinh viên. Mẹ con nói nhà cái ông y sĩ đó rất giàu, nhưng có đứa con bị khờ không biết gì hết...

Còn mẹ con thì thật tội: Phải nằm viện 3 tuần mà vết thương vẫn chưa khỏi. Về nhà thêm 10 ngày nay, vị chi là hơn 1 tháng vẫn chưa khỏi ạ. Vết thương của mẹ con đứt 2 gân cơ ngón chân cái và ngón giữa, đứt thần kinh chi phối. Hỏi ông anh giảng viên bộ môn chấn thương chỉnh hình bên con, ông ta bảo vào Sài Gòn để ông ấy nối lại cho. Nhưng mẹ đẻ con không chịu đi. Giờ vết thương ngoài da còn chưa lành, gân cơ đứt, mất chức năng, mẹ phải đi cà nhắc. Ông anh con nói phải hạn chế vận động cho vết thương lành hẳn, rồi tập vật lý trị liệu 1 tháng sau tái khám lại, nếu không khá thì phải mổ nối gân. Thương mẹ đẻ con lắm, trông từng ngày vết thương ngoài da lành, nhưng khi sắp lành mới nhận ra cái gân mới quan trọng.

Rồi vì sợ mất việc nên mẹ đẻ con vẫn gắng đi làm. Quãng đường từ chỗ bố con dựng xe trở đi đến chỗ mẹ làm cũng khá xa mà mẹ phải đi cà nhắc. Cử động như vậy thường xuyên tạo áp lực nên chân lại khó lành vết thương hơn. Phải tội là ở nhà quê, tuổi mẹ con rất khó xin việc, hầu như không thể mà có được công việc hiện tại là may. Lương 4-5 triệu ở quê là điều hiếm có. Nên tội mẹ đẻ con lắm, bà cứ cố gắng đi làm. Con nói mẹ nên nghỉ mà bà vẫn không chịu nghe. Chưa biết diễn tiến sẽ ra sao, nhưng rõ rệt là hiện tại mẹ đẻ con không thể bế Bao giúp con được, mà phải lo sao cho ổn cái chân đã.

Bố mẹ bên đó luôn giữ gìn sức khỏe, đi lại cẩn thận, ăn uống điều độ, tập những bài thể dục nhẹ nhàng ạ. Con mong bố mẹ luôn khỏe mạnh và vui vẻ..

Bé Hà

[Trích email để le thi ha... nhận vào Mon, Aug 19 at 6:29 AM]

\- 3-

Những gì xảy đến cứ chan hòa đời 4

Từ những gì vừa xảy đến như kể sơ ở trên, tôi nhẩn nha ngó nhìn và suy ngẫm lại một mình:

Suốt từ độ năm 1997, năm mà vợ chồng tôi bắt đầu chủ động cho chương trình được tạm gọi là bảo trợ 'nhóm Tình thương'5, hiện tại nhà ở của chúng tôi còn treo rải rác nơi phòng ngủ - phòng khách - phòng làm việc mấy tấm liễn tạ ơn do mấy đứa con trong nhóm này thỉnh thoảng nhân dịp lễ Tết gửi sang tặng. Xin tạm trích ra 2 tấm tiêu biểu ở đây:

Để tôi có thể thổ lộ rằng: Đại khái thì mấy đứa con trong nhóm gia đình tình thương đã bày tỏ rằng chúng nó phần nào hiểu được cái tâm của vợ chồng tôi đối

4 Lẩy Kiều, từ nguyên văn: "Trải qua một cuộc bể dâu / Những điều trông thấy mà đau đớn lòng" (câu thứ 3 & 4, Truyện Kiều của Nguyễn Du)

5 Xin đọc vào chi tiết tiểu để" Tâm Tình Dẫn Vào Chuyện" (trang 5-18) trong cuốn Tâm Tình Một Nẻo Quê Chung, Người Việt Books xuất bản năm 2015

PHẠM QUỐC BẢO

(Trích trong tập : Cuốn Lên Bức Mành)

Danh ngôn

1. Một cách để tận dụng tối đa cuộc sống là xem nó như một cuộc phiêu lưu' - **William Feather**

2. Mạnh dạn nói 'Tôi đã sai' là cách ta chấp nhận đối mặt với tình huống khó khăn. Việc đó có phần mạo hiểm nhưng những gì ta nhận được sẽ vượt ngoài sự mong đợi' - **Rich DeVos**

3. 'Tích cực, tự tin và kiên trì là chìa khóa trong cuộc sống. Vì vậy đừng bao giờ từ bỏ chính mình.' - **Khalid**

4. 'Yêu tôi hay ghét tôi, cả hai đều có lợi cho tôi. Nếu bạn yêu tôi, tôi sẽ luôn ở trong tim bạn và nếu bạn ghét tôi, tôi sẽ ở trong tâm trí bạn.' - **Baland Quandeel**

5. 'Thái độ quan trọng hơn quá khứ, hơn giáo dục, hơn tiền bạc, hơn hoàn cảnh, hơn những gì mọi người làm hoặc nói. Nó quan trọng hơn ngoại hình, năng khiếu hay kỹ năng.' - **Charles. Swindoll**

LÊ HỮU MINH TOÁN
CUỐI NẺO
(Riêng Nhà thơ PMH - Xuân Hòa - PY - VP.)

Cõi thơ ta
gầy hơn ngọn cỏ
Bóng nắng chiều nhòa nhạt sắc hương
Từng phiến lụa bên trời ngược gió
Ru đời nhau dỗ giấc miên trường

Đã xa rồi
những lời tình tự
Buồn trôi theo gió thở cuối đường
Ơi! Ngọn nến soi mòn thế sự
Chiêu hồn ai lạc mộng trăm phương

Nắng Houston
Hạ vàng cháy bỏng
Phơi lòng nhau mấy nỗi nghiệt oan
Cứ thản nhiên gối đầu vượt sóng
Vỗ chân đời mãn nghiệp đa đoan

Cứ trơ lì
trầm tư đá cuội
Cứ tịnh yên giông bão quanh đời
Mặc sóng dữ ồn ào xô đuổi
Cuối cuộc người biển lặng trùng khơi …

@ LÊ HỮU MINH TOÁN

TRỊNH Y THƯ

Đôi mắt của bóng đêm

1.

Người đàn ông đứng nhìn vào khung cửa kính to rộng của gian hàng đồ chơi trẻ con. Tiệm đóng cửa từ lâu. Có lẽ đã gần nửa khuya. Đêm Chủ nhật, khu buôn bán chẳng còn ai lui tới, lâu lắm mới có người tạt ngang tiệm 7-Eleven mua vội vài món cần thiết rồi tất tả ra xe phóng đi. Bãi đậu xe vắng lặng, hơi sương lù mù khiến không gian như hẹp lại, xập xoạng dưới những vũng sáng yếu ớt trắng nhờ, nhợt nhạt phả xuống từ mấy cột đèn trong bãi đậu xe.

Người đàn ông đứng đó lâu lắm và giả như có người nãy giờ theo dõi hành vi của anh hẳn phải nghi ngờ anh đang có âm mưu ám muội nào đó. Chẳng lẽ anh là kẻ trộm đang rình rập tìm cách cạy cửa vào tiệm? Lẽ nào? Ăn trộm hành động như chớp nhoáng, chẳng bao giờ dại dột đứng ỳ một chỗ như bức tượng trước nơi mình sắp sửa hành nghề. Hơn nữa, ăn trộm không ăn mặc bảnh bao như anh: com-lê xanh đậm, cà-vạt thả lơi trên cổ sơ mi trắng, chân đi giày da loại đắt tiền. Anh có dáng dấp một người tự tin, thành đạt trong cuộc sống, gia đình hạnh phúc, vợ đẹp con khôn, chẳng bao giờ biết đau khổ, thiếu thốn là gì. Thoạt nhìn, ai cũng phải nhận ra ngay anh thuộc thành phần da trắng thượng lưu trong xã hội Mỹ. Tên họ anh có lẽ là cái tên Anglo-Saxon hay Do Thái nào đó; nhà cửa anh có lẽ nằm trong khu biệt lập có cổng ra vào, nhân viên bảo vệ canh gác ngày đêm; con cái anh có lẽ theo học những trường tư đắt tiền, nơi đào tạo thế hệ lãnh đạo tương lai của đất nước này; vợ anh có lẽ thời Trung học là hoa khôi trong trường, làm bạn với anh từ năm lớp mười một vì anh nổi tiếng vừa học giỏi vừa là cầu thủ ném bóng xuất sắc trong đội bóng rổ; anh có lẽ tốt nghiệp từ trường đại học Ivy League nào đó, và sau khi ra trường nắm giữ những chức vụ quan trọng trong guồng máy tư bản khổng lồ, năm này qua năm nọ giữ vững nước Mỹ ở vị thế siêu cường số một trên thế giới.

Anh phải là người lạ mặt nơi đây. Trông anh thật lạc lõng

giữa khu buôn bán tầm thường, xộc xệch của thành phố, nơi chỉ có đám dân thiểu số nghèo đến mua sắm những món hàng gia dụng rẻ tiền.

Nhưng nếu không phải là kẻ trộm thì anh làm gì ở đây vào giờ này?

Anh đứng hai tay thọc túi quần, mắt chăm chú nhìn những món đồ chơi xinh xắn đủ sắc màu bày biện la liệt bên kia song sắt và lớp kính dày. Ánh sáng nhợt nhạt của đèn đường hắt vào không cho anh thấy rõ tất cả mọi vật trong tủ kính, nhưng món đồ đập vào mắt anh nãy giờ là đoàn tàu hoả nằm nghênh ngang trên đường sắt quây tròn giữa mô hình núi đồi sông ngòi mấp mô lên xuống thật đẹp mắt. Trông nó như đoàn tàu thật anh thường thấy chạy vùn vụt bên cạnh xa lộ xuyên bang mỗi lần anh chở vợ con đi nghỉ mát cuối tuần. Thằng con trai bẩy tuổi ngồi băng ghế sau dán mũi vào cửa kính xe nhìn ra không chớp mắt. Đoàn tàu chạy băng băng trên cánh đồng thảo nguyên, kích thích trí tưởng tượng của thằng bé. Nó thắc mắc không biết đoàn tàu đi về đâu; lòng tàu chứa những thứ gì; biết bao chân trời xa lạ đoàn tàu sẽ xuyên qua. Mỗi lần được dẫn đi thương xá, nó hay kéo tay mẹ vào tiệm đồ chơi, nơi trưng bày đoàn tàu tuyệt đẹp nằm trên mô hình núi đồi. Anh biết thằng bé mê tàu hỏa và định bụng sẽ mua làm quà cho nó nhân dịp Giáng Sinh hoặc sinh nhật nó sắp tới. Nhưng anh cứ lần lữa, chẳng phải bởi anh tiếc tiền dù món quà trị giá gần hai trăm đô-la, mà chỉ vì tâm trí anh luôn bị khuấy động bởi trăm thứ linh tinh khác và chuyện mua quà cho thằng bé bị nhét xuống hàng thứ một trăm lẻ một. Bây giờ, đứng trước tiệm bán đồ chơi, bất chợt nhìn thấy món quà hứa với thằng bé suốt bấy nhiêu năm, anh bỗng thấy mình có lỗi với con hết sức. Tại sao chỉ một việc cỏn con như vậy mà suốt mười năm trời anh không thực hiện nổi? Thằng bé không nhèo nhẹo đi theo vòi vĩnh anh vì nó là đứa bé ngoan, nhưng không phải vì thế nó không buồn tủi trong lòng. Biết đâu nó vô cùng thất vọng nơi anh, một người cha không biết con cái muốn gì, chẳng bao giờ để ý đến tâm tình của thằng bé. Biết đâu trong lòng nó anh hiện thân là người cha xấu. Bây giờ nó đã mười bẩy tuổi. Dĩ nhiên, nó không còn dán mắt vào tủ kính tiệm đồ chơi trong thương xá nhìn đoàn tàu hỏa tí hon chạy rập rình xuyên qua mô hình núi đồi sông ngòi vui mắt nữa. Một hôm nó trốn nhà theo mấy đứa bạn nhảy tàu hỏa sang tận Chicago chơi. Nó gọi về nhà báo tin, bảo hai ba bữa sẽ về. Vợ chồng anh thót tim vì cuộc phiêu lưu liều lĩnh của thằng con, nhưng rồi anh vẫn chẳng nhớ gì đến món quà anh hứa cho đến ngày hôm nay, khi anh một mình lạc lõng trong khu phố tồi tàn dơ bẩn vào lúc gần nửa đêm giữa lòng thành phố xa lạ này.

2.

Anh thấy có lỗi không những với đứa con trai mà với vợ nữa. Từ văn phòng trên lầu năm mươi tư của ngân hàng UBS Manhattan anh gọi điện về nhà. Anh bảo cô sáng sớm ngày mai, dù là thứ sáu, anh phải bay sang San José dự phiên họp khẩn với tập đoàn công ty X. Họ đang có nhiều vấn đề, doanh thu đợt này có thể dưới nhiều mức dự kiến. Anh cần nói chuyện trực tiếp, mặt-đối-mặt, với tay CFO của công ty.

Công ty X, có thể là công ty Y. Làm sao vợ anh biết đâu vào đâu. Xứ sở này có hàng trăm, hàng nghìn doanh nghiệp như vậy và dưới mắt cô chúng là những hình khối khổng lồ vô hồn, vô nhân diện. Vô hình nhưng chúng đầy ắp sức mạnh; chúng nuôi sống hàng trăm triệu con người, song cũng có thể bóp chết tươi bất cứ ai khờ khạo đứng lên ngăn cản bước đi của chúng. Anh là phân tích viên thị trường chứng khoán đặc trách công nghệ điện bán dẫn, vì thế dù làm việc và sinh sống ở New York, thung lũng Silicon ở California này chẳng xa lạ gì với anh.

"Tối nay em đi ăn với Kate, tiệm Giovanni's Atrium trên đường Washington. Anh nhớ cách đây ba năm vợ chồng mình và vợ chồng Joan ăn ở đó không? Kate đang gặp khó khăn với thằng con, cần gặp em để tâm sự và vấn kế." Giọng vợ anh lúc nào cũng ôn nhu, ấm áp như kể chuyện cổ tích.

"Anh nhớ chứ. Anh cũng thích tiệm này lắm." Anh vồn vã trả lời cô. "Tay đầu bếp trứ danh Mauro Tortellini nấu món thịt bò phi-lê Mignonette Cardinale cả New York chẳng tiệm nào ngon bằng. Nhưng nếu không thích thịt bò phi-lê, em có thể gọi Veal Parmigiana, cũng tuyệt lắm. Nhớ gọi một chai vang đỏ nữa,

Bolgheri Rosso hoặc Torgiano Riserva. Chắc chắn em và Kate sẽ có bữa ăn ngon... À, có thể tối Chủ nhật anh mới về được, em đừng mong." Đến đây giọng anh trầm xuống, hơi ngập ngừng. "Tay CFO mời anh lên nghỉ cuối tuần trên nông trại của hắn gần thung lũng Napa. Hắn khoe hầm rượu của hắn có hơn nghìn chai, tha hồ cho anh chọn."

"Anh yên tâm. Cuối tuần này Eric đi cắm trại với bạn trên New Hampshire, chỉ có em và Jessica ở nhà. Jessica nhờ em giúp nó hoàn tất bài viết cho lớp Sử của nó về Victoria Claflin Woodhull và phong trào tranh đấu nữ quyền hồi cuối thế kỷ mười chín. Sáng Chủ nhật đi lễ ra em định đi mua sắm ít vật dụng cho căn nhà nghỉ mùa đông của gia đình mình. Còn thời gian em ghé qua văn phòng làm ít công việc trước khi về nhà nấu cơm tối đợi anh về."

Vợ chồng anh nói thêm dăm chuyện vu vơ nữa rồi cúp máy. Đặt điện thoại xuống, vẫn chưa đến giờ ăn trưa nhưng anh không quay lại màn ảnh vi tính tiếp tục công việc đang dở dang mà ngồi thừ ra, đầu óc luễnh loãng như vừa hít vào phổi liều ma túy cực mạnh. Anh không còn biết suy nghĩ là gì nữa, từ giây phút này trở đi hình như tất cả mọi hành vi, cử chỉ, lời nói, việc làm của anh đều do một sức mạnh vô hình nào đó thúc đẩy. Gần hai năm nay anh sống với cảm giác bất an, như chờ đợi một tai ương nào đó bất thình lình đổ ập xuống đầu mình và việc gì đến sẽ đến thôi. Định luật Murphy bảo thế. Đã là định luật, nó chẳng bao giờ sai trật. Không, công việc anh chẳng hề yêu cầu anh phải khẩn cấp bay sang San José. Công ty X thua lỗ nặng, bị công ty Y mua đứt từ lâu. Thời của những cơn sốt thị trường đã qua. Thời của cái gọi là dotcom đến như cơn bão và chết ngúm sau thời gian ngắn ngủi gây biết bao sóng gió trên thị trường và để lại biết bao thương tổn. Anh trở lại với công việc nhàm chán viết báo cáo cho khách hàng muốn đầu tư. Thi thoảng, anh tự kiếm lý do bay sang California, công ty không hề thắc mắc; một hai ngày ra khỏi bàn làm việc cộng phí tổn di chuyển, khách sạn chẳng thấm thía vào đâu so với số tiền anh đem về cho công ty.

Anh bay sang California để tìm cô nhân tình của anh.

3.

Đây không phải lần đầu Bruce lừa dối vợ. Ở New York, những người thành đạt như anh mà không có hàng nửa tá nhân tình trẻ đẹp mới là chuyện lạ. Anh lại đẹp trai. Năm nay dù đã ngoài bốn mươi anh vẫn giữ được thân hình thon gọn, cường tráng. Anh biết đàn bà khó cưỡng nổi đôi mắt sâu xanh biếc và nụ cười nửa miệng của anh. Nhất là lúc anh lột họ trần truồng trên giường những khách sạn đắt tiền quanh New York. Gần như lúc nào anh cũng có một hai cô nhân tình để trám vào khoảng thời gian trống từ văn phòng về nhà. Có hôm anh làm tình với ba người đàn bà khác nhau trong cùng một ngày. Sáng, chiều và tối. Anh làm tình như người ta ăn lạc rang, đã bỏ hạt đầu tiên vào miệng rồi thì chẳng thể nào ngưng được. Không, đừng hiểu lầm anh. Anh vẫn thương yêu Sheila, người vợ anh chung sống gần hai mươi năm nay, đêm đêm anh vẫn nằm bên cạnh cô, nghe tiếng thở đều đều của vợ, vẫn hít vào buồng phổi hơi hướm da thịt ngai ngái nồng nàn quen thuộc. Anh chẳng bao giờ dám nhận anh là người chồng gương mẫu nhưng anh cũng biết anh chẳng bao giờ xa được Sheila. Cô quả là người vợ lý tưởng cho anh. Thông minh, duyên dáng, hoa khôi thời Trung học, tế nhị, hiểu biết. Ở những buổi tiếp tân, tiệc tùng của đám dân thượng lưu New York, chưa bao giờ cô làm anh thất vọng; cô luôn luôn là bông hoa nổi bật gây sự chú ý của mọi người.

Nhưng có lẽ anh yêu cô không phải bởi cô là người đàn bà quyến rũ (tuy điều đó quan trọng không ít đối với anh) mà bởi cái chất đàn bà đặc quánh nơi con người cô. Dĩ nhiên cô là đàn bà, nhưng cô không giống những người đàn bà thông minh, giỏi giang khác anh biết, cô không có tham vọng trèo lên địa vị cao trong xã hội bằng cách lao đầu vào những công việc đầy tính thủ đoạn, mưu mô, trí trá trong guồng máy kinh tế tư bản hoặc chính trị nơi đây. Cô cảm thấy ngột ngạt trong môi trường đó. Mặc dù có bằng tiến sĩ văn chương nhưng cô cảm thấy hạnh phúc với chân biên tập cho một nhà xuất bản nhỏ, ngày ngày thấy lòng lâng lâng ngồi đọc bản thảo tác phẩm từ khắp bốn phương gửi về. Cô mê đọc sách. Trong căn hộ trị giá mười lăm triệu của hai người ở đông ngạn thành phố New York, anh cho thiết kế một căn phòng thành cái thư viện bỏ túi. Cô thích căn phòng lắm. Ấm cúng, ngăn nắp, sách vở nghiêm cẩn hàng hàng lớp lớp che kín bốn bức tường. Đó là nơi cô ngồi hàng giờ với cuốn sách nào đó trên tay.

Cô sống với sách vở và Bruce. Thời sinh viên, hình như anh đến New York theo học ở Columbia sau cô một khóa. Anh học Kinh tế còn cô Văn học Tỉ giảo. Anh hay đến thăm cô nơi căn gác cô thuê ở SoHo. Căn phòng bé tí và bề bộn không thể tả. Chỗ nào cũng thấy sách. Ngay trên giường ngủ của cô cũng la liệt sách.

"Em ơi! Hôm nay tụi mình làm tình tay ba với Kafka hay Virginia Woolf đây?" Bruce hay nói đùa với cô như vậy mỗi lần anh đến rủ cô đi ăn tối hoặc đi chơi New York ban đêm và trước khi ra khỏi phòng bao giờ cũng quần thảo với nhau cả tiếng đồng hồ trên đống sách vở ngổn ngang của cô.

"Kafka anh ạ. Em trên này đánh vật với Kafka trong lúc anh bên dưới dùng lưỡi đùa cợt với lớp cỏ muợt mà của em nhé." Cô trả đũa ngay.

Bruce đè ngửa cô ra giường. Câu nói khiến anh như muốn ăn tươi nuốt sống cô. Cô cũng vậy. Nói xong cô thấy người nóng bừng và cô cũng hối hả cởi quần áo, không nhiều gì, chỉ chiếc áo thun mỏng và mảnh quần lót trên người, căn phòng không máy điều hòa giữa mùa hè oi bức, rồi bấu chặt lấy anh. Câu nói của cô kích thích anh tột độ. Với anh, Kafka, Woolf, Joyce và tất cả những tên tuổi lừng lẫy khác trong thế giới văn chương của cô chỉ làm anh điên đầu. Có lần anh mượn cô đem về phòng thử đọc một cuốn của Kafka và anh thú thật với cô anh không thể nào hiểu nổi làm sao cô có thể nghiền ngẫm những dòng chữ phi lý, vô nghĩa đó mà cảm thấy thú vị được. Cô bảo anh đọc văn chương tức là giải mã. Giải mã được mới thấy văn chương hay, còn không nó chỉ là mớ chữ lổn nhổn, lùng nhùng, vô nghĩa. Anh bảo cô anh chịu thua, anh chẳng bao giờ giải mã được văn chương. Có nghĩa là anh sẽ không bao giờ giải mã được cô. Anh sẽ không bao giờ có khả năng đi vào đầu óc cô. Đầu óc cô là thành trì bất khả xâm phạm, anh sẽ mãi mãi là kẻ đứng bên ngoài. Nhưng thân xác cô thì không. Nó hơ hớ mời mọc anh vào. Anh vào và anh ngất lịm trong nhục cảm. Phải chăng sự thỏa mãn chỉ dâng lên cực điểm khi nào hành vi tìm thỏa mãn bị ngăn chặn bởi điều gì. Cái ngăn chặn anh ở đây chính là mớ chữ nghĩa lổn nhổn trong đầu Sheila.

Phân cảnh buồn cười đó trở thành biến tấu lặp đi lặp lại nhiều lần ngay cả khi hai người đã thành vợ chồng. Anh chỉ bắt đầu quên dần sau khi anh tốt nghiệp MBA và có việc làm ngay tại Wall Street. Anh mau chóng gia nhập cuộc chơi của đám dân có tiền. Anh học không giỏi lắm, nếu không muốn nói là dưới trung bình, nhưng anh có tài ăn nói và tài ăn nói là yếu tố quan trọng định đoạt cho sự thành công trong nghề nghiệp của anh, cái nghề mỗi ngày nhìn thấy cả tỉ đô-la di chuyển từ tay người này sang tay người khác. Chỉ sau ba tháng làm việc anh đã bò lên giường ngủ với Wendy, cô thư ký có thân hình bốc lửa làm việc vặt trong văn phòng, và đó chỉ là trò chơi số một, khởi điểm cho vô số những cuộc phiêu lưu tình ái khác của anh sau đó, những cuộc phiêu lưu thảnh thơi, nhàn nhã như buổi sáng thứ bẩy anh chạy bộ ngoài Central Park. Anh làm tình với Wendy và những cô nhân tình khác thật thư thái, đầu óc họ thênh thang, không như Sheila, anh đi vào họ như vào căn nhà cửa mở không người.

4.

Phi cơ vừa chạm bánh xuống mặt đất anh đã vội vã rút máy di động gọi cho cô. Anh không mong lắm có tiếng cô trả lời nhưng vẫn gọi, anh gọi với hy vọng mong manh biết đâu lý do anh không liên lạc được với cô từ New York chẳng qua chỉ là sự trục trặc kỹ thuật của hãng điện thoại. Sang đến bờ biển miền Tây rực nắng này, sóng điện mạnh hơn và anh sẽ nghe được giọng nói dịu dàng của cô trong máy. Anh hồi hộp nghe tiếng chuông reng hai ba lượt nhưng rồi cái giọng đàn bà máy móc vô cảm lại vo ve trong tai anh khiến anh phải bật lên tiếng chửi thề. Suốt hai ngày anh phải nghe cái giọng nói đáng ghét đó. Hiển nhiên anh tuyệt vọng. Đường dây bị cắt. Không để lại số mới. Cô đi đâu? Cô dọn nhà ra khỏi thành phố rồi ư? Tại sao cô trốn tránh anh? Tại sao cô bỏ đi? Anh hoang mang quá. Phải làm gì bây giờ? Biết tìm cô nơi đâu? Anh vào quán rượu cạnh hành lang phi trường, gọi ly vang đỏ rồi ngồi thừ ra đó, lòng dạ như có lửa đốt trong lúc bên ngoài người đi lại tấp nập và đủ mọi thứ âm thanh hỗn độn ập vào tai anh như khúc nhạc nghịch âm.

Ngồi cách đó không xa là người đàn bà trạc ngoài ba mươi tuổi. Cô ngồi một mình, trên bàn cũng ly vang đỏ như anh. Trông cô có vẻ như một nhân viên tiếp thị của công ty nào đó đi công tác xa đang ngồi chờ chuyến bay chuyển tiếp. Ngồi bên đó nhưng thi thoảng cô liếc mắt sang anh. Lúc khác anh đã dễ dàng bắt chuyện làm quen và biết đâu tối nay anh không phải ngủ một mình trong phòng khách sạn. Nhưng lúc này anh chẳng còn tâm trí đâu để nghĩ đến chuyện trăng hoa, đầu óc anh đang bão bùng với câu hỏi tại sao cô gái bỏ đi, và cô đi đâu.

Thật ra anh mang tâm trạng này từ ngày anh mới quen cô. Anh luôn bất an với cảm giác lo sợ một ngày nào đó cô nói với anh, "Thôi, em chào anh. Tụi mình chia tay. Em và anh chẳng bao giờ đến với nhau trọn vẹn." Đúng vậy thôi, anh chẳng bao giờ có được cô, chẳng bao giờ "đi vào đầu óc" cô như anh chẳng bao giờ giải mã được mớ chữ nghĩa lổn nhổn trong đầu óc Sheila. Hai người đàn bà của đời anh, hai người đàn bà anh yêu và với cả hai anh đều bó tay trước cánh cửa tâm hồn kín như bưng của họ. Hai người đàn bà là định mệnh đời anh. Hai người, hai cá tính, hai thái cực, hai thế giới hoàn toàn trái ngược, nhưng cả hai cùng lúc đưa anh lên chót điểm của tình yêu. Anh không chối cãi anh yêu cả hai người. Nhưng anh hiểu gì nơi họ? Hay chỉ là khoảng không kinh khiếp, ngay cả với Sheila, người vợ anh chung sống gần hai mươi năm. Anh cố đạp đổ rào cản đó bằng nhục cảm, nhưng vô ích. Anh tưởng người đàn bà khi nằm trần truồng trên giường, hai chân dạng ra cho anh đi vào là họ mở hết tâm hồn ra cho anh. Thật chẳng có sai lầm nào hơn.

"Trâm, có cái gì đó nơi em khiến anh như bị mê hoặc. Phải chăng đó là cái kỳ bí của Đông phương?" Có lần anh hỏi cô gái như vậy. "Em không biết. Em tưởng em chỉ là người đàn bà bình thường." Cô trả lời anh trong lúc hai mắt cô như bị thôi miên bởi những giọt nước mưa từ mái tranh chảy xuống thành dòng thánh thót. Hai người ngồi trong một trà quán giữa Vườn Trà Nhật đẹp đến não nùng của thành phố San Francisco. Hôm đó trời mù sương như hầu hết những ngày chớm đông của thành phố này, hai người đi chơi lang thang, lúc nhảy xe cáp, lúc đi bộ và khi đến Vườn Trà Nhật thì mưa bắt đầu nặng hạt. Lá phong trong vườn đỏ rực, khung cảnh đẹp nhưng u tịch hoang lạnh, khác hẳn bầu khí quyển ồn ào nhộn nhịp ngoài kia. Cô kéo anh vào quán ngồi uống trà nhìn ra hồ nước nhỏ nơi có những con cá koi lượn lờ vô tư lự. Kiến trúc quán phỏng theo mô hình trà quán Nhật thời phong kiến, mái tranh thấp lè tè, ba mặt trống không. Hai người ngồi im lặng thưởng thức cảnh đẹp hiếm có. Quán vắng khách, hôm nay trời mưa gió mù mịt, chỉ có những kẻ lỡ đường hoặc không bình thường mới đội mưa ra khỏi nhà. Mưa càng lúc càng nhanh, cái lạnh khiến cô run rẩy. Anh thấy da mặt cô tái xanh, mái tóc đen dài lấm tấm nước mưa lòa xòa trước mặt. Trông cô bé nhỏ quá và anh thấy lòng tràn ngập nỗi thương cảm lạ lùng.

5.

Cô bước vào đời anh như bước vào rạp chiếu phim lúc phim đã chiếu xong nửa đoạn. Có lẽ tệ hơn thế, bởi trong rạp chỉ sau ít phút định thần người ta làm quen ngay với bóng tối và tìm ra chỗ ngồi yên vị. Còn cô, càng lúc đầu óc cô càng hoang mang rối loạn, càng lúc cô càng lún sâu vào cảnh huống tưởng như chẳng bao giờ gỡ ra nổi. Cô như con thiêu thân – một lối ví von sáo mòn nhưng thật khó tìm ra ảnh tượng nào khác diễn tả con người cô – biết mình sẽ thua cuộc, biết mình sẽ chuốc lấy không biết bao nhiêu nỗi đau đớn nhưng vẫn lao đầu vào. Biết anh có vợ nhưng cô vẫn yêu anh. Những lần anh sang thung lũng Silicon công tác, cô sung sướng như con chim nhỏ trong buổi sáng mùa xuân. Cô ăn mặc đẹp rồi theo anh vào những tiệm ăn đắt tiền, ăn xong đi nghe nhạc jazz đến nửa đêm mới về phòng và làm tình cho đến lúc cô không còn biết mình ở đâu nữa. Căn hộ xinh xắn nằm lửng triền đồi gần thành phố Menlo Park là tổ ấm miền Tây của anh. Cô ghét nhất chiều Chủ nhật bởi đó là lúc cô đưa anh ra phi trường để con chim sắt khổng lồ đưa anh về lại mái nhà của anh bên kia lục địa, nơi ít tiếng đồng hồ sau đã thấy anh nằm âu yếm bên cạnh vợ, đi sâu vào thân thể trắng muốt nuột nà của cô. Còn lại một mình trong ngôi nhà trống trải, cô ôm mặt khóc, khóc chán cô lăn ra ngủ vùi, bỏ cả bữa cơm tối. Nửa đêm tỉnh dậy cô mò mẫm trong bóng tối đi tìm chai rượu. Nốc cạn nửa chai rượu, cô nôn thốc nôn tháo đến tận mật xanh mật vàng, nhưng nhờ vậy cô ngủ thẳng một mạch đến giữa trưa ngày hôm sau. Giấc ngủ mệt nhọc khiến đầu cô như bị bổ đôi. Cô vào phòng tắm cởi quần áo rồi vặn nước nóng. Tắm xong cô thấy dễ chịu đôi chút. Cô ra đứng trước tấm gương lớn, buông tấm khăn xuống sàn để một lần nữa chăm chú quan sát thân thể mình trong gương. Cô chẳng bao giờ tự hào về thân thể mình, nếu không muốn nói cô mang nặng mặc cảm ngay từ thuở dậy thì, cô không có một vóc dáng đàn bà hấp dẫn. Cô gầy quá. Xương vai, xương chậu, xương quai xanh cô lồi lên lõm vào trông rõ mồn một. Bởi thế lúc nào cô cũng mặc áo quần dày cộm. Tại sao hóa công hà tiện đến thế? Đã cho cô khuôn mặt đẹp thì có gì hao phí lắm đâu cho cô luôn thân hình tuyệt mỹ để cô sung sướng hiến dâng lên người tình thương yêu của cô?

Mặc cảm này khiến cô chẳng bao giờ tự tin khi bước chân vào cuộc tình nào. Sự thật là cô rất khó tính trong các quan hệ tình ái. Cô khó tính chẳng phải bởi cô kiêu kỳ, chẳng phải bởi cô là người có tính kén chọn mà chỉ bởi cô sợ hãi gã đàn ông đến với cô sẽ thất vọng trong lần làm tình đầu tiên khi gã khám phá ra thân hình ốm yếu thẳng băng từ trên xuống dưới của cô. Cô sợ sau khi đóng thật khéo cho trọn vẹn màn kịch yêu đương với cô, gã sẽ biến mất khỏi đời cô như kẻ lạ tình cờ chạm trán nhau tại ngã tư nào đó trong thành phố. Đàn ông khi nhìn cô, họ không nhìn vào mặt cô mà quét tia mắt từ chân cô trở lên. Cô có cảm tưởng sau khi làm thế họ mới nhướng hai mắt lên nhìn mặt cô. Cô đọc được vẻ ngạc nhiên đến sững sờ trong mắt họ khi nhận ra khuôn mặt xinh đẹp thông minh đang nghiêm nghị nhìn họ. Thân hình và khuôn mặt cô tương phản đến độ họ phải chưng hửng đến thế sao? Cô ghét cay ghét đắng những gã đàn ông suốt ngày ngồi ngoài quán cà phê tán hươu tán vượn, quai miệng ra chê bai con nhỏ này vú xẹp, con nhỏ kia mông lép. Những gã đàn ông đó, dưới mắt cô, là bọn vô lại, dư thừa trong xã hội, chẳng bao giờ xứng đáng cho cô để mắt tới, nhưng oái oăm thay, tất cả những gã đàn ông đi qua đời cô đều như thế cả, dĩ nhiên, chỉ bởi cô khờ khạo, cả tin. Tất cả, ngoại trừ Bruce.

6.

Ngồi mãi vẫn chẳng nghĩ ra giải pháp nào, anh đứng dậy bỏ đi. Người đàn bà với ly vang đỏ vẫn ngồi đó, cô kín đáo liếc đôi mắt đẹp về phía anh với tia nhìn dọ hỏi, thắc mắc. Có lẽ vẻ bồn chồn rối loạn hiện rõ lên nét mặt cùng cử chỉ anh khiến cô dù không muốn cũng phải tò mò để ý.

Anh ra thuê xe rồi lái thẳng đến nơi cư ngụ của Trâm trước đây. Nhà hình như đã có người khác vào ở. Tuy đã sáu giờ tối nhưng thợ sơn, thợ lót sàn vẫn lăng xăng bận rộn sửa sang lại nội thất căn hộ. Anh thấy buồn bã. Suốt hai năm trời dù sao nơi đó cũng là tổ ấm của anh và Trâm những ngày anh sang làm việc ở thung lũng Silicon này. Trâm xem việc săn sóc anh là thú vui của cô. Những hôm không ăn tiệm, cô chuẩn bị cơm nước chu đáo lắm. Làm cơm Việt Nam, cô cũng tế nhị chế biến cho hợp khẩu vị anh, không quá nhiều nước mắm, không quá cay mặn. Trong lúc ăn, cô nhường những chỗ ngon cho anh, thịt gà cô biết anh chỉ ăn thịt ức, toàn nạc, không chút mỡ. Và bữa nào cũng phải có chai vang bên cạnh. Trước đây cô không biết uống rượu, nhưng từ ngày quen Bruce cô trở thành người uống rất khá. Cơm nước xong cô lấy khăn lạnh cho anh lau mặt trong lúc ăn tráng miệng. Bruce mê xem phim truyện. Cô thuê sẵn một lô phim anh thích và những lúc ngồi bên cạnh anh xem phim trong căn phòng khách ấm cúng là giây phút sung sướng nhất đời cô. Có lúc cô gối đầu lên đùi anh, có lúc cô gác chân. Bruce xem phim còn cô xem anh. Cô nhìn khuôn mặt điển trai nhưng không trai lơ của Bruce mà thấy lòng dạt dào hạnh phúc.

"Mặt anh tối nay có cái gì bất thường hay sao mà em nhìn anh như vậy, hả Trâm?" Bruce hỏi cô như thể cô là người đi xem tranh không có chút kiến thức hội hoạ nào tình cờ bước vào gian phòng triển lãm treo toàn tranh trừu tượng.

"Em thấy anh lúc nào cũng bất thường." Trâm đáp lời anh.

"Ngay cả lúc làm tình với em?" Bruce hơi cười cợt.

"Nhất là lúc làm tình với em." Trâm nói ngay.

"Anh bất thường như thế nào? Nghĩa là anh không giống

những người đàn ông trước đây của em?" Giọng anh bắt đầu hơi mát mẻ, đượm chút ghen tuông.

"Anh biết rồi còn hỏi." Trâm lườm anh một cái. "Anh biết em yêu anh đến nhường nào, trước anh em có bao giờ yêu ai như vầy đâu." Câu nói không có ý nghĩa gì lắm đối với Bruce bởi anh từng nghe không biết bao nhiêu câu tỏ tình từ đàn bà. Đàn bà nào đến với anh cũng nồng nhiệt, và những câu nói họ rót vào tai anh lúc ân ái bạo liệt lắm, nhưng chính cái lườm của Trâm đã khiến anh rúng động. Anh chưa bao giờ thấy ai tỏ tình bằng cái lườm như thế cả. Nó lãng mạn vô cùng mà có lẽ chỉ đàn bà Á đông mới có. Anh gọi nó là niềm bí ẩn phương Đông. Anh không cắt nghĩa nổi cái lườm khi tỏ tình tại sao lại có năng lực kỳ diệu như thế, chỉ là ánh mắt nhưng sao nó chứa đựng biết bao điều không thể diễn tả bằng cách khác. Và chỉ có anh hiểu được nó. Anh chợt nhớ đến câu nói của Sheila thời đi học khi cô bảo anh văn chương của các nhà văn quái quỷ nằm trong tủ sách của cô chỉ có thể hiểu được khi chúng ta giải mã được những điều họ viết. Chỉ khi đó ta mới thấy thích thú. Cho đến nay Bruce vẫn chưa giải mã nổi loại văn chương đó nhưng anh giải mã được cái lườm của Trâm và anh thấy niềm sung sướng ngọt ngào dâng lên dào dạt trong lòng mỗi lần Trâm đưa mắt lườm anh vì một chuyện nhỏ nhặt nào đó như chuyện vừa xảy ra. Anh luôn tìm cách chọc ghẹo Trâm để cô lườm anh như thế. Nó là nhu yếu cho tình yêu của anh, thiếu nó anh không chịu nổi, và những lúc ở xa cô anh nhớ nó nhiều hơn là chính con người cô.

7.

Suốt ngày thứ bẩy, Bruce một mình đi lang thang trên San Francisco. Anh gửi xe ở trạm thành phố Fremont rồi đáp chuyến BART sang đầu bên kia vịnh. Trước đây Trâm cũng hay dẫn anh đi theo tuyến đường này mỗi lần hai người lên chơi thành phố thơ mộng đó. Anh đi lại những nơi anh và Trâm hay đi. Mỗi nơi chốn đều nhắc lại anh một kỷ niệm nho nhỏ nào đó và anh thấy những cảm xúc trong lòng mình lạ lùng đến nỗi anh không nhận ra đó là tình cảm của anh nữa. Anh không biết đây có phải là tình yêu không?

Trên đường về lúc ngồi trên xe BART anh chợt nhớ đến một người mà từ đó may ra anh có thể phăng ra tung tích của Trâm. Đó là người hàng xóm của Trâm trước đây. Chị ta hình như sống với chồng con cách căn hộ của Trâm vài căn. Thi thoảng anh thấy chị ta đẩy xe đưa con đi dạo quanh khu xóm. Chị người Việt, có lẽ lớn hơn Trâm vài tuổi, tính tình hiền lành, ít nói, suốt ngày trong nhà trông con. Vài lần chị sang phòng Trâm nhờ vả cô việc gì đó, thấy anh, chị liếc thật nhanh, gật đầu chào rồi quay sang nói chuyện với Trâm bằng tiếng Việt. Anh nhớ hình như chẳng bao giờ anh nói chuyện gì với chị, anh cũng chẳng biết tên chị là gì. Nhưng bây giờ chỉ còn chị là đầu dây mối nhợ cho anh tìm Trâm và anh thấy nôn nóng với ý tưởng này, anh thấy đoàn tàu sao chạy chậm thế, lại còn ngừng bến quá nhiều lần, chạy năm phút lại ngừng. Anh tự trách mình tại sao không nghĩ ra chuyện này sớm hơn.

Sau ba lần bấm chuông lầm và phải xin lỗi chủ nhà, anh tìm ra căn hộ nơi vợ chồng chị bạn Trâm sinh sống. Chính chị mở cửa cho anh. Chị tròn hai mắt nhìn anh. Để nhìn lên mặt anh chị phải ngửa đầu hẳn ra phía sau bởi chị thấp lắm, đứng chỉ tới ngực anh. Chị mời anh vào nhà, chắc chị ngầm hiểu lý do nào khiến anh đến bấm chuông nhà chị vào lúc bẩy giờ tối ngày thứ bẩy. Sau khi xin lỗi chị về sự đường đột của mình, anh hỏi chị ngay:

"Chị không biết Trâm dọn nhà đi đâu thật sao?"

"Tôi không có lý do nào để giấu giếm ông." Chị nói tiếng Anh không thạo lắm nhưng đủ cho Bruce hiểu chị muốn nói gì. "Sáng thứ năm tôi đẩy xe đưa con đi dạo thì thấy căn hộ của Trâm trống rỗng, tôi hỏi người quản lý thì ông ta cho biết Trâm đã đưa thư xin dọn ra cả tháng trước. Ông ta cũng bảo tôi là tất cả đồ đạc nặng của Trâm trong nhà như TV, tủ lạnh, giường ghế, Trâm tặng hết cho cơ quan từ thiện thành phố và họ đã cho xe tải đến chở đi. Có nghĩa là Trâm ra khỏi nhà với chiếc va li nhỏ duy nhất trên tay, còn Trâm đi đâu thì không ai hay biết. Vợ chồng tôi suốt từ hôm đó đến nay bàn tán không dứt về chuyện này. Chúng tôi cũng thắc mắc không kém ông là Trâm đi đâu và tại sao Trâm phải đột ngột bỏ đi như vậy."

"Lần cuối chị gặp Trâm là bao giờ?" Bruce hỏi như thể anh

đang hỏi cung một can phạm nhưng là giọng hỏi cung từ tốn đầy sự lo lắng.

"Cả tháng rồi ông ạ. Con bé con nhà tôi bị đau cả hai tuần nay, tôi chẳng có thời gian đi đâu."

"Lần cuối gặp Trâm, chị có thấy cái gì bất thường ở Trâm không?"

"Không, hoàn toàn không. Thường chúng tôi gặp nhau chỉ để nói những chuyện vu vơ và bếp núc. Gần đây Trâm học thêm nấu ăn và cô ấy nhờ tôi chỉ những món Việt Nam tôi biết nấu."

Bruce đọc thấy nét thành thật trên khuôn mặt trắng xanh của chị. Có lẽ chị thân thiết với Trâm hơn anh nghĩ. Có lẽ chị xem Trâm như đứa em gái bất hạnh mặc dù hai người gặp nhau chỉ để nói chuyện vu vơ và bếp núc. Nỗi thương cảm hiện rõ trong ánh mắt của chị, khi nói môi dưới chị run run chứng tỏ lòng chị dao động không ngừng. Bất chợt Bruce thấy gần gũi hơn với chị. Anh có cảm tưởng lâu lắm rồi anh mới đối diện một con người thành thật. Sự thành thật ở xã hội anh sống sao hiếm hoi đến thế! Những kẻ anh giao tiếp, chung đụng hằng ngày, con người họ thật lịch sự, đẹp đẽ, đầu óc họ cao việt, uyên bác hơn chị hàng xóm quê kệch này của Trâm nhiều lắm, người suốt ngày chỉ biết ở nhà làm bếp, trông con. Nhưng những kẻ trong thế giới của anh hiện thân là khối đạo đức giả khổng lồ, họ không có đến một gam sự thành thật trong lời nói. Tất cả, trong đó có anh, như đang diễn xuất trong vở kịch bi hài, vở kịch bi hài của đời sống hiện đại, văn minh.

Nói thêm vài chuyện nhưng vẫn không bật thêm tia sáng nào về sự bỏ đi của Trâm, Bruce chợt im lặng rồi anh buột miệng nói như thể bị điều khiển bởi vô thức:

"Chị biết Trâm đang có thai không?"

8.

Phải chăng đó là lý do khiến Bruce bỏ dở công việc, tất tả bay sang thung lũng Silicon này và suốt hai ngày nay như ngồi trên đống lửa, đầu óc hoang mang hoảng loạn như kẻ đứng nhìn ngôi nhà mình bốc cháy mà không biết phải làm gì để cứu chữa? Cũng sáng thứ năm, anh đang ngồi làm việc trong văn phòng thì có điện thoại của Trâm gọi sang. Giọng cô bình thản như mọi lần. Cô bảo cô có thai đã gần ba tháng (kết quả của kỳ anh sang lần trước) và cô quyết định từ giã anh, tìm nơi sinh con rồi tìm cách ổn định lại đời sống mới với đứa con. Cô gọi cho anh để nói lời từ giã. Cô không để anh nói nhiều. Trước khi gác máy cô bảo anh đừng tìm kiếm cô làm gì. Nói đến đây giọng cô hơi run lên một chút. Cô gác máy. Anh hét lên trong máy nhưng cô làm như không nghe tiếng anh. Anh gọi lại số nhưng đợi cả chục tiếng chuông reo vẫn không có người nhấc máy. Nhìn số mã vùng anh đoán Trâm dùng điện thoại công cộng ở San José. Cuối cùng có kẻ nhấc máy điện thoại. Anh nghe tiếng đàn ông giọng Mễ nặng nề nói như quát vào máy. Anh lịch sự hỏi gã có thấy cô gái Á châu tóc dài nào gần đó không, anh hy vọng cô vẫn luẩn quẩn đâu đó, gã có vẻ chẳng hiểu anh nói gì và hy vọng của anh tắt ngúm khi gã đàn ông vẫn quát vào máy những câu nói thô tục nửa tiếng Anh nửa tiếng Tây Ban Nha. Hơn nửa tiếng đồng hồ anh loay hoay với hai con số điện thoại của Trâm, số di động và số trong cơ quan của cô, hai đường dây duy nhất nối liền anh với cô, nhưng anh chỉ hoài công, cô biến khỏi cuộc đời anh như thể có nhà ảo thuật đại tài nào dùng cây đũa thần biến cô tan vào hư không.

Trâm có thai và đứa con trong bụng cô là con anh. Chao ơi, tại sao có ngày anh phải đối diện với thực tế vô cùng khó khăn và đau lòng này? Làm sao anh có thể để chuyện như thế xảy ra? Suốt buổi anh tự trách mình rồi anh chợt nảy ra ý nghĩ biết đâu đây là cách trả thù tình ái của Trâm? Trâm biết sẽ không bao có anh trọn vẹn và cô bỏ đi với cái bào thai trong bụng để cho anh đau khổ với nỗi ân hận dày vò suốt đời? Biết đâu đây chẳng qua chỉ là tấn bi kịch do chính tay Trâm đạo diễn? Đàn bà trả thù tình ái bằng cách tự kết liễu đời mình, chuyện đó chẳng xảy ra mỗi ngày đấy ư? Anh nhớ có lần trong lúc nằm trên giường âu yếm, cô thủ thỉ bên tai anh cô muốn có đứa con với anh. Hình như đàn bà nào cũng nói với anh câu nói đó trong lúc thân thể trần truồng nằm trong vòng tay anh. Lần đó anh khéo léo pha trò biến chuyện con cái thành chuyện khôi hài và anh chẳng nhớ gì sau đó. Nhưng Trâm thì không quên. Cô lừa anh vào bẫy và giờ đây cô đang thi hành độc kế biến anh thành kẻ có tội, kẻ phải chịu đựng mọi hình phạt của lương tâm, và không hình phạt nào ghê gớm hơn sự dày vò, cắn rứt bởi chính lương tâm mình.

Có đúng như thế không? Có phải Trâm là kẻ dùng độc kế đưa anh vào tròng? Nhưng có gì bảo đảm cái độc kế đàn bà rất buồn cười đó – tự tay đâm vào trái tim mình để trả thù gã đàn ông bạc bẽo, khiến hắn phải đau khổ suốt đời – sẽ đánh thức lương tri hắn? Biết đâu hắn lại thấy đây là cơ hội may mắn duy nhất cho hắn chặt đứt sợi dây chão trói chặt hắn trong cạm bẫy của tình yêu? Giác quan duy nhất của lương tri là con mắt, nếu hắn trùm mắt nó cho kín, nó sẽ chẳng bao giờ ngóc đầu lên nổi chứ đừng nói là cắn được con người hắn.

Tôi có thể kết thúc chuyện tình của Bruce ngay đây, bởi có lẽ anh chẳng khác chúng ta bao nhiêu. Nó như cuộc du lịch xa. Thú vị. Khích động. Nhưng khi hết hạn nghỉ hè, chúng ta muốn quay về nhà nằm ngủ trên chiếc giường êm ái quen thuộc hằng đêm. Một thời gian anh sẽ quên Trâm và đời sống cứ thế đẩy anh về nơi cuối trời miên viễn mỗi lúc một xa dần biểu tượng của cuộc sống và tình yêu lúc ban đầu. Anh sẽ sống nốt cuộc đời mình, chạy theo những thú vui tầm thường nhưng nhàn nhã. Một lúc nào đó trong tuổi xế chiều, nếu có nhớ đến Trâm, chắc anh chỉ nhớ như một kỷ niệm đẹp, bởi trí óc chúng ta lạ lắm, với hồi ức, nó thải đi tất cả những gì bị nó xem là xấu xa mà chỉ gạn lọc lại những gì tốt lành, đẹp đẽ.

Nhưng tôi đánh giá vô cùng sai lầm con người của Bruce. Phải chăng anh không trùm kín nổi con mắt lương tri anh? Phải chăng anh thấy có trách nhiệm rất lớn về câu chuyện đau lòng này với người anh thương yêu? Phải chăng anh thật lòng yêu Trâm? Lương tri? Trách nhiệm? Tình yêu? Tôi rất muốn tin như thế mặc dù từ lâu tôi đã mất hẳn niềm tin này vào cuộc đời. Tôi muốn tin rằng ngay ở buổi hoàng hôn của nhân loại con người vẫn còn yêu thương nhau, vẫn xem nhau như con người.

9.

Chị hàng xóm của Trâm nào biết chuyện Trâm đang có thai. Từ sửng sốt biến thành chua xót, hai hàng nước mắt bỗng lăn dài trên khuôn mặt chị. Bruce càng thấy gần gũi chị hơn. Chị có vẻ chẳng trách móc gì anh. Hình như chị thông cảm với anh hoàn toàn và không xem anh là kẻ có lỗi. Tại sao lại có người cao cả như thế? Chị có thể là người quê mùa, dốt nát, nhưng chị hiểu tình yêu hơn rất nhiều kẻ đầu óc cao diệu, luôn tự hào mình là thông minh xuất chúng. Cả hai im lặng một lúc lâu đoạn chị ngước lên nhìn anh:

"Ông định làm gì bây giờ?"

"Tôi không rõ lắm. Bằng mọi cách tôi phải tìm ra Trâm, nhưng tôi không rõ mình phải làm gì."

"Ông còn yêu Trâm không?" Chị đột ngột hỏi anh.

"Dĩ nhiên, tôi còn yêu Trâm." Anh trả lời không do dự.

Đàn bà chỉ cần biết có thế, mọi chuyện khác đều là thứ yếu. Lạ thật. Đây là lần đầu tiên trong đời anh để tình cảm mình bộc lộ, mà lại bộc lộ với một người hoàn toàn xa lạ, cho đến giờ phút đó anh vẫn chưa biết tên là gì. Mới ngày hôm qua hình ảnh chị không hề nằm trong bộ nhớ của anh, thế mà tối nay anh ngồi đây, mặt mày thiểu não và dốc cả tâm can mình với người đàn bà tầm thường, dung dị. Lẽ ra giờ này anh phải ngồi trong những quán ăn sang trọng, chuyện trò bàn bạc cùng những nhân vật quyền uy, tính toán những biến chuyển lên xuống trong thị trường, trong thế giới doanh thương, bằng những ngôn từ, những thuật ngữ kinh tế người bình thường không ai hiểu nổi chứ. Nếu không thế thì anh cũng đang ôm ghì thân thể nóng bỏng của cô gái nào đó trong phòng khách sạn, uống vào từng phân vuông da thịt thơm tho của cô. Tại sao anh ngồi đây, trong một căn hộ bừa bãi đồ đạc thô lậu, nhếch nhác, nói những chuyện dấm dớ về tình yêu với một chị đàn bà đầu óc thô thiển, hành vi quê mùa. Thật không ai hiểu nổi cái gì đi xuyên qua trí óc anh lúc bấy giờ.

"Hình như Trâm có người anh trai sinh sống ở San José." Anh bảo chị. "Suốt thời gian biết Trâm, tôi chỉ nghe Trâm nhắc đến người anh của mình một lần duy nhất. Hình như hai người không hòa thuận nhau lắm. Ngoài ra Trâm chẳng còn bà con xa gần nào. Chị biết gì về người anh trai này của Trâm không?"

"Có lần Trâm nói với tôi ông ta làm chủ một tiệm 7-Eleven dưới San José."

"Chị biết tên ông ta không?"

"Có. Trâm gọi là anh Thắng."

Chi tiết này khiến con người tháo vát hành động của Bruce quay về với anh. Anh kiếu từ chị đàn bà hàng xóm tốt bụng, cám ơn chị, đoạn ra xe bấm máy di động tìm địa chỉ tất cả những tiệm 7-Eleven dưới phố San José rồi lại bấm vào máy GPS trong xe. Anh nổ máy xe và chiếc BMW750 lướt nhẹ dưới ánh đèn đêm vàng vọt của thành phố. Đã gần chín giờ tối ngày thứ bẩy. Bụng anh không thấy đói mặc dù suốt ngày anh chỉ ăn uống qua loa trên đường phố San Francisco. Anh thấy quặn đau như những lần bị chứng loét bao tử hành hạ.

10.

Cuối cùng anh tìm ra tiệm 7-Eleven của người đàn ông tên Thắng. Nhưng gã nhân viên bán hàng bảo anh ông chủ gã đưa vợ đi Lake Tahoe nghỉ cuối tuần đến chiều Chủ nhật mới về. Gã cũng bảo thêm cách hay nhất là anh trở lại đây lúc mười giờ tối mai bởi đó là lúc ông chủ gã ghé tiệm tính sổ sách mỗi tuần. Anh hỏi xin số điện thoại di động của chủ gã, nhưng gã cương quyết chối từ ngay cả khi anh xòe ra tờ giấy bạc một trăm. Biết không làm được gì hơn anh bỏ về khách sạn, tắm rửa rồi lên giường cố dỗ giấc ngủ qua đêm.

Sáng hôm sau anh gọi điện cho hãng hàng không xin hoãn lại chuyến bay về New York. Anh cũng gọi Sheila báo tin mình về muộn. Sheila đang ăn trưa với con gái trong phòng ăn. Cô vẫn không thắc mắc gì về lý do tại sao anh chưa về. Anh nằm lì trong phòng khách sạn suốt ngày Chủ nhật xem TV. Mãi tám giờ tối anh mới ra khỏi phòng, xuống nhà hàng ăn tối, rồi lái xe đến tiệm tìm gặp người anh của Trâm. Trước khi đi, anh định mặc bộ quần áo nhẹ anh đem theo trong va li, nhưng không hiểu sao anh lại khoác bộ vét lên người như thể sắp đi dự một buổi họp quan trọng nào.

Anh không tìm thấy nét nào của Trâm trên người anh trai cô. Anh ta trạc bốn mươi, khổ người tầm thước, bụng đã bắt đầu phệ, tóc thưa, nước da đen xỉn. Anh ta như chìm lỉm trong đám di dân Á châu thế hệ thứ nhất nơi đất nước này.

Nhác trông thấy Bruce, tưởng anh là khách hàng, anh

ta nở nụ cười gượng gạo trên môi. Nụ cười biến mất và thay vào đó là sắc mặt tối sầm khi Bruce tự giới thiệu anh là ai và mục đích vào đây của anh là gì. Anh ta mời Bruce ngồi xuống ghế phía sau quầy tính tiền. Ngay lập tức, anh cảm thấy cuộc đối thoại với người đàn ông này là một cực hình, khác hẳn buổi nói chuyện với chị hàng xóm của Trâm tối hôm qua. Anh ta bắt đầu bằng giọng điệu trách móc Bruce, hiển nhiên xem anh là nguyên nhân cho mọi đau khổ cô em gái anh ta hứng chịu. Anh ta không cho Bruce có cơ hội chống chế.

"Tôi khuyên ông nên quên em gái tôi đi. Ông đừng làm nó đau khổ thêm nữa. Nó là người đàn bà cứng cỏi. Nó không chết đâu. Ông đừng lo." Đến đây giọng anh ta trở nên hằn học. "Nhưng ngay cả nếu ông gặp lại em tôi bây giờ thì liệu ông làm được gì cho nó? Tôi hỏi thật, ông có dám ly dị vợ mình để lấy nó không? Nó là đàn bà và đàn bà nào cũng cần có người thương yêu bên cạnh. Tôi nói cho ông biết lý do anh em tôi bất hòa cả hai năm nay chỉ vì nó dính líu đến ông, một người đàn ông có vợ. Và ông không có quyền nửa đêm xông vào đây đòi hỏi tôi phải làm thế này thế nọ cho ông. Ông hãy tự chất vấn lương tâm mình đi. Ông có thấy mình công bằng với mọi người không? Em tôi, nó bỏ đi vì nó thương ông, nó không muốn ông phải vướng bận, nó hy sinh vì nó biết ông không hẳn là con người xấu và ông có yêu thương nó. Giải pháp nó chọn đó là đúng thôi và tôi khuyên ông tối thiểu nên tôn trọng nó, hãy để nó yên."

"Nhưng đứa con Trâm đang mang trong bụng là con tôi..." Bruce chống đỡ yếu ớt.

"Hừ! Nếu ông biết trách nhiệm là gì thì ông đã không để chuyện xảy ra như ngày hôm nay. Những đứa con không cha. Ông ơi, ông không biết đấy chứ, chúng đầy dẫy ngoài xã hội, và chẳng đứa nào chết đâu."

"Tôi không nói chuyện lương tri hoặc trách nhiệm với ông làm gì. Lương tri và trách nhiệm là cái gì vô cùng chủ quan, mỗi người một quan niệm, nói ra ở đây chỉ vô ích, phí thời gian. Cái tôi muốn nói là tình yêu. Như ông nói, cô em ông yêu tôi và tôi cũng yêu cô ấy. Tôi cần gặp cô ấy để tìm cho nhau một giải pháp tương đối ít đau đớn nhất, nhất là cho tương lai đứa bé..."

"Tình yêu!" Người đàn ông cười khẩy, "Ông biết quái gì về tình yêu. Những người như ông chỉ biết thân xác đàn bà chứ biết tình yêu là gì." Anh ta không ngớt hắt vào mặt Bruce những ngôn từ đau đớn nhất, "Ông muốn gặp nó để khuyên nó phá thai chứ gì? Có phải ông chỉ muốn tái lập quan hệ cũ để ông muốn đến lúc nào thì đến, muốn đi lúc nào thì đi? Tôi lạ gì những người như ông. Một lần nữa tôi khuyên ông hãy bỏ ý định đi tìm em tôi và quay về thế giới của ông. Tôi thành thật khuyên ông như vậy. Ông không mất mát gì cả. Phần thiệt thòi là về phía em tôi, gia đình chúng tôi. Chúng tôi không đòi hỏi từ ông điều gì, chỉ mong ông để yên cho chúng tôi sống. Chỉ có cách đó chứ không còn cách nào khác. Mọi chuyện chấm dứt ngay tại đây, vào lúc này… Xin phép ông, tôi phải quay lại công việc của tôi, đã gần nửa đêm, tôi phải về nhà với vợ con tôi."

Cuộc đối thoại xem chừng chẳng đi đến đâu. Bruce mệt mỏi quá sức chịu đựng. Tinh thần anh như khô cứng. Đầu óc anh không còn sự tỉnh táo, lanh lẹ để đối ứng với người đàn ông nữa. Anh hỏi anh ta một câu cuối cùng:

"Thôi được. Tôi sẽ không làm phiền ông nữa. Nhưng giữa con người với nhau, tôi chỉ xin ông cho tôi biết hiện nay Trâm ở đâu. Tôi không cần địa chỉ, tôi chỉ muốn biết tình trạng sinh sống của Trâm ra sao, tôi sẽ không quấy nhiễu Trâm như ông sợ đâu, ông đừng lo."

Người đàn ông ngần ngừ một lúc khá lâu, đoạn hình như cảm thấy đã hả cơn giận vì được dịp mắng nhiếc không tiếc lời người đàn ông làm khổ em gái mình, anh ta hạ giọng:

"Nói thật với ông tôi cũng không rõ nó ở đâu bây giờ, chỉ biết nó có ý định quay về Việt Nam sinh sống, nhưng gia đình tôi ở Việt Nam bây giờ đâu còn ai, cha mẹ chúng tôi qua đời lâu rồi, những người thân thuộc thì ở tản mác khắp nơi trên thế giới."

11.

Bruce có cảm tưởng anh ta nói thật. Anh cám ơn người đàn ông rồi loạng choạng bước ra khỏi tiệm. Cuộc nói chuyện với người đàn ông không đem lại kết quả gì mà chỉ khiến anh buồn bã thêm. Anh buồn không phải vì đau đớn tổn thương sau những câu nói như bổ vào mặt của người đàn ông, anh buồn vì anh biết anh đã thật sự mất Trâm. Anh yêu Trâm, lần đầu tiên anh thú nhận với lòng mình là anh quả có yêu thương người đàn bà đó. Nhưng đột nhiên anh cũng thấy mình điên khùng hết sức. Động lực nào thúc đẩy anh suốt từ sáng thứ năm cho đến tối nay có những hành vi và ý tưởng lạ thường như bị ma ám? Sự mê muội khiến anh không còn khả năng suy nghĩ cặn kẽ nữa, sự việc đâu đã đến nỗi nào, Trâm tuy bỏ đi nhưng cô vẫn còn đấy trên cõi đời này, tại sao anh phải điên khùng như vậy? Có ích lợi gì đâu? Dù sao anh vẫn còn đời sống không có Trâm của anh.

Không khí lạnh và thoáng bên ngoài khiến đầu óc anh tỉnh táo lên đôi chút. Anh ra bãi đậu tìm chiếc xe nhưng linh cảm cho anh biết có chuyện chẳng lành. Chiếc BMW750 mới toanh biến mất, mặt đất vương vãi mảnh kính vụn. Cảm giác vừa sợ hãi vừa giận dữ khiến anh run lên như muốn đập phá cái gì. Anh hít vào phổi một làn hơi thật sâu để lấy lại sự bình tĩnh rồi rút máy di động gọi cho hãng mướn xe. Họ bảo anh đừng lo lắng. Sau khi hỏi anh qua loa về địa điểm nơi mất xe, họ bảo họ sẽ liên hệ với cảnh sát, còn về phần anh, anh không phải làm gì cả, họ đề nghị anh lấy tắc xi về khách sạn, sáng hôm sau họ sẽ đưa chiếc xe khác đến, họ cũng bảo anh khu phố đó nhiều trộm cướp băng đảng lắm, anh không nên đứng ngoài đường mà nên vào trong một cửa tiệm nào đó. Anh cảm ơn người nhân viên hãng mướn xe rồi bấm máy gọi tắc xi. Tắt máy di động, anh phùng mang thở mạnh một hơi, đầu lắc lắc như thể muốn rũ đi tất cả những bực dọc lo âu mấy ngày hôm nay. Anh mong chiếc tắc xi đến đón anh thật nhanh để anh về khách sạn và sáng mai bay về bên kia lục địa, trở về với cái cũ kỹ, quen thuộc của anh. Chưa bao giờ anh nhớ Sheila như lúc này.

Nhìn quanh khu buôn bán, ngoài tiệm 7-Eleven anh thấy chẳng còn tiệm nào mở cửa. Chẳng lẽ anh lại chui vào nhìn mặt người đàn ông lần nữa? Anh bước lên vỉa hè đến đứng trước một tiệm bán đồ chơi trẻ con. Anh đứng hai tay thọc túi quần, mắt chăm chú nhìn những món đồ chơi xinh xắn đủ sắc màu bày biện la liệt bên kia song sắt và lớp kính dày. Ánh sáng nhợt nhạt của đèn đường hắt vào không cho anh thấy rõ tất cả mọi vật trong tủ kính, nhưng món đồ đập vào mắt anh nãy giờ là đoàn tàu hoả nằm nghênh ngang trên đường sắt quây tròn giữa mô hình núi đồi sông ngòi mấp mô lên xuống thật đẹp mắt…

Anh đứng đó lâu lắm. Chiếc tắc xi mãi chưa thấy đến. Nửa đêm Chủ nhật, thành phố mơ màng ngủ như muốn quên đi mọi ưu phiền, bức bối của ban ngày. Chưa bao giờ anh thấy cô đơn như lúc này. Thốt nhiên anh thấy lành lạnh sau gáy, anh quay lại và thấy hai tên đàn ông to béo, mặt mày trùm kín, đang lù lù tiến lại gần anh, một tên lăm lăm khẩu súng nhỏ trên tay. Khẩu súng khạc đạn, tia lửa lóe sáng trong đêm. Hai tiếng nổ trơ trốc. Khô khan và chát chúa.

12.

Lương tri. Trách nhiệm. Tình yêu. Chúng như bầy quái thú kinh khiếp, hãy xích chúng lại và nhốt chúng trong hầm tối. Một khi được cởi xích, chúng không để chúng ta yên đâu. Bởi ngay lập tức chúng toa rập với con quái thú kinh khiếp không kém khác nằm chờ sẵn bên ngoài có tên gọi là định mệnh, để cả lũ hung hãn xông tới húc văng chúng ta xuống vực thẳm.

Bruce thoát chết nhờ người tài xế tắc xi đến kịp chở anh vào bệnh viện, nhưng anh phải ngồi xe lăn suốt đời. Cuộc đời anh bỗng chốc đi vào một ngõ quành khốc liệt.

Thời gian sau, trong một buổi tối ngồi nói chuyện, Sheila thú nhận với anh là suốt năm năm qua cô có cuộc tình với một người đàn ông. Anh hỏi cô anh biết người đàn ông đó không, cô bảo không, anh ta là thi sĩ, nhưng không phải một thi sĩ danh tiếng mà là người đang chờ đợi ngày nào đó tên tuổi mình sẽ gắn liền với những trào lưu thi ca cách tân đầy táo bạo. Những tên thi sĩ như vậy – ý nghĩ chậm chạp đi qua đầu anh – ở New York này có cả tá nếu không muốn nói hàng trăm. Ban ngày họ lái xe tắc xi, phục vụ ở tiệm ăn kiếm sống, đêm đêm tụ tập trong những quán rượu chật hẹp mù mịt khói cần sa dưới SoHo đọc cho nhau nghe những câu thơ không ai hiểu. Họ chẳng được ai nhắc đến và ngược lại họ cũng bất cần đời. Làm sao Sheila có thể yêu một tên loser như vậy được? Anh tự hỏi. Nhưng anh biết anh thất bại, anh mới là loser, muôn đời anh chẳng bao giờ giải mã nổi những gì lổn nhổn trong đầu óc cô. Anh hỏi cô muốn gì. Cô bảo cô muốn ly dị. Anh hỏi cô còn yêu anh không nhưng không nghe cô trả lời và anh hiểu. Anh gật đầu bảo được, anh cũng nói thêm anh sẽ chia gia sản một cách công bằng để suốt đời cô không phải lo lắng đến sinh kế. Cô cám ơn anh rồi bỏ vào phòng ngồi đọc sách cho đến khuya, như mọi đêm.

Sheila biết rất rõ tính trăng hoa của anh, nhưng suốt thời gian làm vợ anh, cô không hề tỏ lộ chút ghen tuông nào, thậm chí một câu nói bóng gió trách nhẹ cũng không. Hình như người đàn bà trí thức như cô không được phép ghen chồng. Ghen chỉ dành cho các bà nhà quê tầm thường, thấp kém. Nhưng anh cũng biết đời sống hôn nhân anh như tòa lâu đài xây trên cát, nó có thể đổ xuống tan tành bất cứ lúc nào. Sheila ở tuổi trung niên mang nặng căn bệnh trầm cảm của người đàn bà trí thức, trầm cảm không do bất cứ duyên cớ nào, trầm cảm vì nó là một thuộc tính tự nhiên.

Căn bệnh trầm cảm của Sheila có lẽ đã giúp cô bình thản nghe Bruce thú nhận với cô về chuyến đi cuối tuần sang cái thành phố khốn nạn ấy lúc anh vừa tỉnh táo lại đôi chút và còn nằm trên giường bệnh viện. Và quan hệ giữa anh và cô gái người Việt trong suốt hai năm, chuyện cô có thai và bỏ đi. Cô nắm tay anh trong lúc nghe anh nói. Anh không nói nhiều vì đầu óc vẫn còn luễnh loãng sau tai họa suýt chết, nhưng cô hiểu tất cả. Khi anh nói xong cô chỉ cúi xuống hôn nhẹ lên trán anh, vỗ về cho anh ngủ rồi đứng dậy ra về.

13.

Sau khi Sheila bỏ vào phòng đọc sách, còn lại một mình trên xe lăn ngoài phòng khách, Bruce nhìn ra ngoài khung cửa sổ rộng. New York về đêm bao giờ cũng đẹp. Nó chỉ đẹp vào ban đêm. Đã bao nhiêu lần anh nhìn khung cảnh này rồi mà vẫn không thấy chán. Chỉ có cái đẹp mới xoa dịu được anh bây giờ thôi. Nhưng thật ra mọi đau đớn đã chai lì. Đã qua rồi giai đoạn khổ sở khi những ý nghĩ quýnh quáng dồn nén xung quanh ý định quyên sinh. Đã một năm trôi qua từ buổi tối hôm đó. Bây giờ anh không nghĩ đến cái chết nữa. Mọi người không ai hiểu anh. Họ bảo tuy thoát chết nhưng anh bị sốc quá nặng nên rất có thể bị lâm vào trạng thái tâm thần, cần được chữa trị. Nghĩa là họ bảo anh điên. Anh là thằng điên ư? Không đời nào. Từ một người dùng lời nói để kiếm tiền, anh suốt ngày không nói một câu. Nhưng điều đó không có nghĩa là anh trở thành người điên. Người điên nói rất nhiều. Tất cả mọi người xung quanh bây giờ mới là người điên. Nhưng không ai đồng ý với anh như thế. Anh ghét cay ghét đắng cái lão Do Thái Kuzminski điệu đà như quan tòa, cậy mình có bằng tiến sĩ phân tâm học, tra vấn anh đủ điều, những điều anh chưa bao giờ thổ lộ với ai, ngay cả đêm ngủ anh mơ thấy gì cũng phải khai báo với lão. Sáng mai anh lại phải đi gặp lão nữa đây, nhưng anh sẽ chẳng kể cho lão nghe về giấc mơ anh mơ đi mơ lại suốt hai tháng qua đâu. Anh mơ anh gặp Trâm.

Anh thấy anh lạc vào một khu nhà tập thể to rộng. Kiến trúc ngôi nhà chỉ thấy ở vùng gần Thẩm Quyến, Đông Quan miền nam nước Tầu, nơi anh hay bay sang công tác trước đây. Phòng ngoài có những cô gái Á châu và cô nào mặt mày cũng hớn hở chờ làm tình với anh. Không, các cô không phải gái điếm. Anh biết rất rõ những ổ gái điếm quanh vùng này hay Thượng Hải, Hồng Kông, nơi các tay tài phiệt Tầu hay đưa anh xuống mua vui mỗi lần anh sang công tác. Những cô gái trong khu nhà tập thể này trông quê mùa lắm, trông họ như những cô gái quê ngồi cặm cụi làm công việc lắp ráp trong các hãng xưởng. Nét thành thật, ngây ngô hiện rõ trên khuôn mặt không son phấn của họ. Họ nhìn anh luyến tiếc trong lúc anh chạy vụt vào một hàng lang hẹp và sâu hun hút. (Trong giấc mơ anh chạy như bay chứ không ngồi xe lăn). Hành lang dài lắm, anh chạy mãi vẫn chưa đến phòng Trâm. Tất cả cửa phòng đều y như nhau, màu nâu nhạt và đều tăm tắp. Nhưng làm sao anh biết phòng nào là phòng của Trâm? Anh biết chứ. Anh biết bởi trên cửa phòng hiện rõ đôi mắt của Trâm lườm anh. Anh biết Trâm đang nằm bên trong đợi anh. Cô sẽ lườm anh một cái rồi bảo, "Sao lâu quá anh không sang với em?" Chao ơi, anh nhớ cái lườm đó xiết bao!

14.

Tình yêu nào cũng cần có cái gì làm ảnh tượng. Tôi đoán ảnh tượng tình yêu của Bruce với Trâm là cái lườm đầy tình tứ của cô.

TRỊNH Y THƯ

(Trích trong tập Phế Tích Của Ảo Ảnh)

ĐỨC PHỔ
VÔ ƯU

Vắt tôi như vắt múi chanh
cho người đã thèm cơn khát
rồi châm vào tôi chút mật
cho người mát dạ hả gan.

xé tôi như xé miếng mồi
cho người đã tỉ cơn say
uống thêm mấy cốc đêm nay
mai tỉnh, giả làm mặt lạ.

bắn tôi như bắn mũi tên
cho người thỏa lòng hồ hải
sá chi chút tình thơ dại
lạc đời mấy nẻo quan san.

giam tôi như giam tù nhân
tra khảo, nhục hình... cho phỉ
qua cơn xung thiên nộ khí
cần chi giấu mặt ăn năn.

bây giờ tàn năm lụn tháng
niềm sầu cố xứ ngút ngàn
không trách chi người biển lận
và chẳng oán đời trầm luân...

ĐỨC PHỔ

ĐỨC PHỔ
ĐÔI LỜI

Vạch tìm trăm nách lá
đâu cỏ trổ anh đào.
ăn năn đời tuyệt lộ
đâu tận cùng nỗi đau.

lũ trùng đêm não nùng
khát khô lời mỹ nữ.
huyệt địa hí vô tâm
múa cuồng câu bất tử.

xa. cách xa ngàn dặm
gần. thật gần sớm hôm.
bạn, thù không tỏ mặt
thiên địa mang mang sầu.

vạch tìm trăm nẻo mộng
đâu một lối quay về.
bước mòn đời lãng tử
mộng chập chùng sơn khê…

ĐỨC PHỔ

TRẦN QUÝ TRUNG
Mùa Đông Nhớ Sàigòn

Đông đã trở về, lạnh thấu tim
Hàng cây trước ngõ đứng im lìm
Cành không còn lá trong chiều tím
Sân cỏ sau nhà đọng tuyết sương

Thương ai bước vội trên đường vắng
Khắc khoải tâm tư nhuốm muộn phiền
Áo bông nhiều lớp không đủ ấm
Co ro hồi tưởng thuở nhiễu nhương

Đâu người em nhỏ trường Trưng Vương
Đâu hoa phượng nở phủ đầy đường
Vườn Tao Đàn xưa lưu kỷ niệm
Những ngày thơ mộng tuổi hoa niên

ĐêmMầuHồngnay không còn nữa
Văn Cảnh, Bồng Lai cũng mất rồi
Ôi cảnh mùa Đông sao buồn vậy
Tơ lòng nức nở dưới trời mây

TRẦN QUÝ TRUNG
October 6, 2023 3:00AM

Ghi chú:

Đêm Mầu Hồng, Văn Cảnh, Bồng Lai là những nhà hàng ca nhạc của Sàigòn trước 1975. Đêm Mầu Hồng ở đường Nguyễn Huệ, Văn Cảnh ở đ ường Trần Hưng Đạo,
Bồng Lai ở đường Lê Lợi, trên lầu nhà hàng Thanh Thế

NGUYÊN CẨN

Phục Binh

Khi ông chánh án trở lại toà chuẩn bị phần tuyên án. Mọi người đứng bật dậy dù chưa được yêu cầu. Hằng xanh xao nhợt nhạt như một cành liễu rủ. Chị thất thần. Người đàn bà duyên dáng sắc sảo là thế mà chỉ sau sáu tháng ngồi tù đã nom như một trái xoài héo, dúm dó đến tội nghiệp. Chị muốn lả đi, dường như không muốn và không dám nghe những lời tuyên án đang vang lên dõng dạc và chát chúa như tiếng búa nện vào thái dương từng bị cáo.

"Nhân danh hiến pháp nước CHXHCNVN, chiếu Điều… Chương… Luật Hình Sự ban hành ngày… tháng… năm…

Căn cứ và căn cứ…

Xét đến và xét vì…

Vũ Thị Hằng, sinh ngày… tháng… năm…

Can tội sản xuất, tàng trữ, phân phối thuốc tây giả, cụ thể là các nhãn thuốc với số lượng lớn trong một thời gian dài, gây ảnh hưởng đến sức khỏe người bệnh và… và….

Nay tuyên án V.T.Hằng 20 năm tù giam. Tịch thu các phương tiện vận chuyển, sản xuất và các thiết bị dùng để sản xuất.

… Trần Hoàng Minh, sinh ngày… tháng… năm…

Can tội đồng loã, câu kết, tiếp tay Vũ Thị Hằng trong việc sản xuất, phân phối và tiêu thụ thuốc giả… 15 năm tù giam."

Minh cúi mặt xuống. Y hiểu rằng thế là xong một thời tuổi trẻ. Vì thụ án xong ra tù cũng ngót nghét 40, còn bắt đầu cuộc đời từ đâu nữa? Đẹp trai, con nhà khá giả. Đang là sinh viên luật. Đùng một cái lao vào kinh doanh thuốc tây theo bạn bè vì đây là mặt hàng đang khan hiếm những năm sau giải phóng. Minh gặp Hằng, người chị tinh thần vì Hằng hơn Minh những 5 tuổi. Và thế là theo gót bậc đàn chị giàu kinh nghiệm đời dấn thân vào một con đường đầy chông gai và nguy hiểm dù con đường ấy thoạt nhìn trải toàn là hoa hồng và những đồng bạc lấp lánh. Từ chỗ chỉ mua bán, họ liều mình sản xuất. Hiển nhiên là làm giả vì làm gì có công nghệ và đủ tri thức mà làm hàng thật nhưng sự liều lĩnh thì có thừa, tràn trề nữa là khác. Chả thế mà dù Hằng đã có chồng có con hẳn hoi mà vẫn cảm thấy không thể nào không yêu Minh được và đáp lại Minh cũng không ngại ngần buông thả cho một cuộc tình không lối thoát vì Minh vẫn biết cũng sẽ đến cái ngày mà anh Long, chồng Hằng ra khỏi trại 'Học Tập Cải Tạo'. Vậy mà họ cứ yêu nhau và hái ra tiền trong hoàn cảnh mọi người xung quanh đều nghèo, rất nghèo. Từ chỗ yêu vụng trộm và kín đáo chị chị em em đến thành ra gần như lộ liễu. Bạn bè còn biết họ mướn nhà riêng ở góc phố nào nữa kìa. Dù sau 6 giờ chiều, Hằng vẫn ngoan ngoãn về nhà bố mẹ chồng như một người dâu thảo, mẹ hiền chăm lo cho đứa con gái lên bốn, bé Thảo.

Tội nghiệp anh Long, ngày ra khỏi trại về cứ xớ rớ bên vợ phụ việc vặt, cái anh trung uý ba hoa ngày nào trở nên thâm trầm kín đáo, ít nói ít cười. Anh gặp bạn bè chỉ chào hỏi qua loa dăm ba câu rồi quay về nhà, dường như là anh sợ người ta thóc mách, nói cho anh nghe sự thật của những ngày anh xa nhà. Anh yêu Hằng từ ngày hai người còn là hướng đạo sinh. Họ đùa vui và nghịch tếu suốt ngày. Anh thì không đẹp trai, mặt lưỡi cày, trán hơi dô, mỗi khi cười lại khoe hàm răng lởm chởm như răng cá ngát, lộ cả cái nướu đỏ au. Anh hay lý sự với đám bạn cùng lứa và gọi những thằng quân tử là mấy thằng 'lính chết'. Anh bảo: "Tao chúa ghét cái câu 'Ở hiền gặp lành' vì tao thấy đời này thiếu gì thằng ác vẫn cứ phây phây. Còn cái chuyện chìa má bên phải cho người ta tát sau khi bị tát vào má bên trái là cái chuyện tào lao hết sức. Tao thì tao tao tát nó vào cả hai má."

Anh Long, hay bạn bè còn gọi là Thông theo tên gọi ở nhà vì ngày anh ra đời, gia đình đang ở trên Đà Lạt và bố anh rất mê những cánh rừng thông bạt ngàn nơi ấy. Ông hay ngâm nga hai câu thơ của Nguyễn Công Trứ:

"Kiếp sau xin chớ làm người
Làm cây thông đứng giữa trời mà reo."

Ông thường bảo: "Ấy là loài cây quân tử. Tao mà đẻ thêm một thằng nữa. Nó sẽ được đặt tên là Trúc." Bà cụ thì lấy năm sinh anh – Thìn – con rồng, mà đặt anh tên Long. Cả hai ông bà đều có những nguyện ước riêng đặt vào thằng con trai mà sau này ông bà biết là duy nhất vì anh chẳng có em trai.

Ngày đi học, anh tỏ ra là người thực tế và hơi lạnh lùng, chẳng mấy khi có bạn gái. Bạn trai cũng chỉ có anh tôi và một vài người cùng sinh hoạt hướng đạo. Tôi vẫn nhớ câu chuyện anh tôi kể khi có hôm mấy tay rủ nhau đến nhà một người bạn cùng lớp, có ông bố giỏi tử vi, cả bọn năn nỉ bác ấy xem hộ. Đến anh Thông, bác ấy phán: "Thằng này có con đường võ nghiệp nhưng dang dở. Mà coi chừng cung Thê, có Đào Hoa gặp Phục Binh, hoặc ăn cơm trước kẻng hoặc bị vợ cắm sừng đấy." Anh Thông xụ mặt: "Con nào phản bội cháu thì con ấy chết tươi ngay!".

Thế nên khi anh trở về, đã có vài ông bạn chịu không nổi sự phản bội dù là của vợ người khác đã bắn tin ban đầu thì bóng gió sau thì thấy anh chậm hiểu, ù lì quá chắc do học tập lâu ngày đâm ra lú lẫn nên nói huỵch toẹt ra luôn, vì họ nghĩ bạn bè phải thông tin cho nhau những chuyện cần phải biết. Huống chi con mụ Hằng rắn độc kia mê hoặc ông chồng cũ thế nào mà anh ta cứ ngây ngô ngấy ngố cả ra như thằng mất hồn.

Một hôm anh Thông đến gặp ông anh tôi. Mặt hầm hầm, đằng đằng sát khí, trợn mắt: "Thằng kia, mày có còn coi tao là bạn không? Mày tung tin dựng chuyện vợ tao với thằng Minh là ý gì? Tao nghe nói mày tán nó không được nên mày nói xấu chứ gì?".

Anh tôi đứng chết trân, vừa sượng vừa tức, một ông Từ Hải của cái tội mách bạn mà bạn lại không nghe. Hồi lâu anh tôi mới nói: "Thôi, tùy mày, chuyện này ai cũng biết, chẳng phải mình tao." Long chỉ tay vào mặt anh tôi: "Thôi chấm dứt, chẳng bạn với bè chó gì nữa! Dẹp. Mày nói với tụi nó thằng nào nói xấu vợ tao, tao đập chết mẹ. Chuyện nhà ai người ấy lo. Bụng thằng nào chẳng toàn c…".

Từ hôm phun ra những lời căm thù vào mặt những thằng bạn chí cốt ngày xưa ấy. Anh Thông không còn ghé nhà tôi nữa. Anh đóng cửa không tiếp bạn bè cho là toàn những thằng xỏ lá, nhiều chuyện, đơm đặt. Anh đóng cửa tâm hồn trước thực tại phũ phàng chăng? Anh không còn dũng khí chống lại sự phản bội dù nó đã diễn ra trước mắt bao người.

Chị Hằng thì như lột xác. Chị lo anh từ manh quần tấm áo, cái xe. Anh sống cam phận, lầm lũi như một thằng đàn ông đớn hèn. Ngày ngày chở chị đi ra sạp, ngồi chờ, uống cafe một mình, đọc truyện tàu. Anh đâm ra mê "Đông Chu Liệt Quốc", "Tam Quốc Chí", đọc mê man, quên ăn quên ngủ. Hai ông bà cụ cũng nghĩ thằng con trai khi về chắc sẽ làm trời long đất lở. Vậy mà…!!! Nhưng thôi, bà cụ cũng thường tự an ủi rằng chúng nó không tan đàn sẻ nghé, tội cho cháu mình, con bé Thảo còn bé quá, khờ khạo lắm! Cụ ông thì trầm ngâm, nửa như giận nửa như muốn cho mọi chuyện êm xuôi. Đôi lần, hàng xóm thấy ông chặc lưỡi trách thời thế đảo điên con người biến đổi quá, chẳng biết thế nào mà lường. Nhưng ông bà cũng gác lại những hậm hực tức tối trước kia vì những tin đồn mà tạm vui khuây với cô cháu nhỏ của mình. Thôi dù sao nó cũng còn cả cha lẫn mẹ. Con người ta ai chẳng có lúc lỗi lầm sa ngã. Huống chi phận gái vắng chồng mong manh như cánh bèo mặt nước, như hoa trong gió bão. Bây giờ nó cũng tu tỉnh, chí thú làm ăn, tận tuỵ lo cho chồng cho con. Thằng con mình thì sau ngày ra trại nó có vẻ đánh mất cái ngang tàng, khí phách trước đây. Hay là nó quá sợ hãi trước cái tương lai mù mịt của một anh nhà binh thất trận. Cứ thế, ông khẽ khàng khuyên bà, bà nhẹ nhàng khuyên bảo ông, để rồi cả hai cố vui vẻ cùng dâu con, bịt tai trước bao điều ong tiếng ve của chòm xóm.

Phần chị Hằng, chị cắt đứt mọi quan hệ với Minh. Xem nhau như bạn hàng. Nói chuyện cộc lốc, khô khốc, mặc cả chuyện mua bán tiền bạc chan chát. Minh thì cũng chẳng mặn mòi gì với một bà chị đầy bản lãnh khiến cái chất đàn ông của hắn cứ tan ra như bọt xà phòng mỗi khi muốn lên mặt với bọn đàn em. Lại đang sẵn tiền thiếu gì kiều nữ trong trà đình tửu quán luôn chực chờ cung phụng. Hắn chủ động mời anh Thông đi nhậu, chiêu đãi trọng thể, nửa như chuộc lỗi, nửa như cảm ơn cái sự trở về của anh đã cứu hắn một bàn thua trông thấy khi phải bám theo cái bóng của Hằng, người đàn bà đầy thủ thuật trên thương trường lẫn tình trường. Dù rằng về mặt kinh tế, hắn cũng bị thiệt hại khi Hằng thâu tóm phần lớn cái cơ ngơi kinh doanh và sản xuất thuốc giả đang hoạt động hết công suất. Nhưng thế cũng là may khi không phải ăn đòn thù của ông trung uý hết thời kia. Lại không phải bỏ của chạy lấy người. Nhưng hai bên vẫn liên kết trong làm ăn, mà phần lợi nghiêng về phía Hằng nhiều hơn vì chị nói với Minh phía chị phải tính thêm phần anh Thông nữa dù anh nhất định không tham dự bất kỳ một phiên họp chia lời nào. Anh nói anh chẳng biết gì về kinh doanh. Mọi chuyện phó mặc một tay chị. Anh chỉ làm ông xe ôm cao cấp chở vợ đi làm, ngồi chờ trong quán cafe gần sạp thuốc tây và đưa đón con đi nhà trẻ. Dạo gần đây, chị muốn anh quản lý phần mua bán thuốc tây hàng hợp pháp để chị rảnh tay lao vào sản xuất thuốc giả vì một mình chị làm không xuể, nhất là khi phải đương đầu với băng của thằng Lý Chính, một nhóm bạn cùng trang lứa nhưng mưu mô xảo quyệt hơn đã từ chỗ là khách mua hàng giao mối tỉnh đã nảy ra sáng kiến điên cuồng lao vào làm thuốc tây giả, ban đầu là vài vỉ aspirin sau làm cả thuốc nước trị gan và cả thuốc kháng sinh loại con nhộng. Chúng làm ăn phất đến nỗi đầu tư thiết bị và nhà xưởng cả ngàn mét vuông ở ngoại thành. Nóng mặt, Hằng đã bàn với Minh đẩy mạnh việc sản xuất, giao toàn bộ phần buôn bán hợp pháp cho anh Thông. Thoạt đầu anh khéo léo từ chối nhưng sau anh lại nhận lời vì anh bảo muốn đỡ đần một tay với chị. Anh tỏ ra khá mát tay trong kinh doanh nên khách hàng cứ kéo đến nườm nượp. Nhưng bỗng dưng chỉ sau nửa năm số khách hàng lại thưa dần. Chị lại mải say sưa trên chiến trường thuốc giả, phải quyết liệt cạnh tranh với bọn Lý Chính đang tung nhiều chiêu độc để giành mối. Vốn liếng giao cho anh cứ vơi dần vì anh non tay cứ mua cao bán thấp. Nhưng chị cũng chẳng dám trách chồng vì con người ngày xưa khôn ngoan là thế bây giờ có ngờ nghệch một tí nhưng tỏ ra độ lượng hơn, không chấp nhất gì đến lỗi lầm của chị dù chị hiểu là anh biết, biết nhiều nữa là khác. Có hôm chị thấy ánh mắt anh nhìn Minh long lên. Chị tái mặt. Nhưng anh lại vả lả cười với chị. Chị cho rằng anh đang chiến đấu với cơn ghen trong lòng mình vì tình yêu dành cho chị nên anh đã gắng vượt qua. Thế rồi chị lại quý anh hơn. Thôi thì cũng là một nửa của mình. Nhất là khi cái nửa ấy được chị tín cẩn giao tay hòm chìa khóa toàn bộ tài sản vốn liếng của mình vì còn tin ai hơn nữa bây giờ?

Nếu cuộc đời cứ thế trôi đi thì đâu có chiếc áo sọc dưa hôm nay đang khoác trên người, che khuất cả tương lai nhiều tham vọng.

Hôm công an đến sạp đọc lệnh bắt chị, chị bàng hoàng vì

mọi chuyện chị làm đều kín kẽ đến khó có sơ hở. Thế mà họ biết quá nhiều về chị. Họ đã đưa chị đến tận xưởng pha chế và lập biên bản niêm phong toàn bộ. Chị đoán chắc là thằng Lý Chính ra chiêu. Tàn nhẫn quá! Hắn vi phạm cả cái luật Ometta của giới làm thuốc giả. Chị không kịp điện cho Minh. Mà điện làm gì vì Minh cũng đã bị bắt trên đường đưa hàng đi tỉnh. Họ để chị và Minh khai báo riêng rồi đối chiếu. Nhưng cũng chẳng còn gì mà giấu vì công an đã nắm toàn bộ đường dây vận chuyển phân phối của chị. Chị thầm than thân trách phận vì cứ ngỡ Lý Chính không thể nào nắm hết hệ thống chân rết kín đáo mà chị dày công tổ chức. Mà sao hắn lại biết tất tần tật. Hắn phun cho Công an đến từng chi tiết ngóc ngách những tay buôn bán với chị. Hôm gặp Minh, sau khi đối chất, trên đường ra xe về trại, hắn trách chị khai làm chi tất cả những tay em út làm ăn chung, không chừa một người, những người mà không cần thiết phải lôi vào cuộc. Chị ngỡ ngàng, chị nào có hèn đến thế! Căm hận, chị quyết định khai tất cả những điều chị biết về Lý Chính và đường dây của hắn, "Trạng chết thì trẫm cũng ra ma". Anh cán bộ điều tra cẩn thận ghi tất cả. Nhưng ghi để đối chiếu thôi vì chị đâu biết rằng Lý Chính và toàn băng của hắn cũng đã xộ khám chỉ hai ngày sau khi chị bị bắt. Một giấc mơ làm giàu đã tan như bong bóng xà phòng. Mùi dollars, mùi những tờ giấy xanh đã thay bằng mùi khai khai ẩm ẩm của những bộ quần áo sọc dưa trong những xà lim tăm tối và ngột ngạt.

Hằng được hai anh công an dìu qua lối đi giữa hai hàng ghế. Chị không còn thấy gì ngoài những khuôn mặt lố nhố phía trước trong đám đông thân nhân. Chị bắt gặp ánh mắt Thông. Anh vẫy tay về phía chị. Chị nghẹn ngào, lấy hết hơi tàn gào lên: "Anh nhớ lo cho con nghe!".

Anh gật đầu và quay đi như sợ phải nhìn thấy người vợ đầu ấp tay gối của mình đang vướng vào vòng lao lý. Anh lặng lẽ bước ra ngoài đường, ngoắc một chiếc xích lô, châm điếu thuốc, nhả khói và nhếch mép cười khó hiểu.

Công an đã đến nhà anh lục soát hai lần. Họ cũng không làm khó dễ cho anh nhiều và tin theo những điều anh khai báo. Biên bản ghi lại ngoài một số giấy tờ liên quan đến đường dây mua bán là số tiền một cây bốn chỉ vàng 24K nói anh khai là chị chừa lại cho anh phòng khi hữu sự. Biên bản ấy hoàn toàn không giống những điều chị có lần muốn khai với cán bộ thẩm vấn khi hỏi về số tiền còn để ở nhà là hơn 200 cây vàng nhưng phút cuối chị tỏ ra lì lợm để khai mỗi một câu là không nhớ rõ vì có bao nhiêu tiền dồn hết vào xưởng rồi.

Chị vẫn cầu mong chồng mình, dù có hơi khờ khạo nhưng biết ứng phó với tình thế để ngày ra tù chị còn có ít vốn mà làm lại cuộc đời. Huống hồ 200 cây vàng vào thời điểm ấy là cả một gia tài kếch xù.

Chị tính chờ khi chồng vào thăm sẽ hỏi xem số tiền ấy anh giữ được bao nhiêu để ít ra còn hy vọng mà sống, còn lo cho con Thảo mai sau nữa chứ.

Nhưng chị khỏi phải chờ vì anh đã không bao giờ lên mà năm thì mười hoạ có một bà giúp việc lên thăm chị kèm theo ít quà mà bà cụ chị gửi. Lý do ban đầu là anh bận làm ăn, sau đó là sự yên lặng đến lạnh lùng.

Một hôm anh Thông ghé nhà thăm anh tôi. Sau giây phút ngỡ ngàng vì gặp lại thằng bạn đáng ghét ngày xưa. Vỗ vai anh tôi, Thông nói: "Xin lỗi mày nghen, tao phải làm như thế thôi vì lúc đó tao đang trong thế bị chiếu bí. Mày đọc truyện "Phạm Lãi" rồi chứ! Mẹ, tao không liếm phân chúng nó là may rồi! Thằng bạn mày có số phục binh mà. Nhưng phục thằng nào chứ phục thằng này chỉ toi thôi! Mày hiểu chứ? Vô độc bất trượng phu." Anh bật cười, hàm răng cá ngát ngoạc ra, nướu một màu đỏ rực. Tôi cảm thấy rùng mình.

Anh nói tiếp: "Mày có thể không đồng ý với cách tao làm, nhưng mày phải biết là cuộc đời chỉ là một gánh xiếc. Nó muốn tao làm hề nhưng tao muốn làm đạo diễn, mày hiểu chưa?".

Vâng. Anh tôi hiểu và mọi người đều hiểu. Không biết con bé Thảo có hiểu không?

Tháng sau nghe tin anh lấy vợ, một cô vợ trẻ, xinh như mộng, bạn hàng ở một sạp thuốc tây gần đấy. Cái sạp mà đã hút hết khách của anh, làm cho anh vơi vốn trong những ngày còn chị Hằng. Anh tôi cáo lỗi không dự vì bận chấm thi. Anh cũng chẳng kịp trách vì nghe đâu sau đó vài tháng cô vợ ấy đã vượt biên đem theo toàn bộ số vàng anh giữ được.

NGUYÊN CẨN

NIÊ A DŨNG

1, Cuộn thắt

Những giọt nước lọt qua khe đá
ta đứng đợi em trên nương

Từ khi em theo người
bước quanh bản trình làng
em đã không quay đầu nhìn lại
em đi vào nhà người
đồ mèn mén cho người ăn
từ giây phút ấy ta đã quên hết rồi

Ta chẳng thể đợi em thêm được nữa
em đã của sàn người
bông hoa thuộc về phiến đá

Trên con đường Hạnh Phúc gập ghềnh
em dừng chân ở lại sàn người
nhận phép bố người ban
em bước trên chín bậc yêu thương
ta ngang qua Mã Pì Lèng
dòng Nho Quế cuộn thắt.

NIÊ A DŨNG

NIÊ A DŨNG
2.Bình Gốm

Chiều đã nhức trong lòng thành phố
mây vắt giọt cuối cùng
mùa thu nép vào ngực gốm
mảng vàng bung thơm

Không ai nhớ những bàn chân đã tới
những mùa đã qua
gốm khoác dáng hình u uất
đẩy vào xa xưa

Khẽ xếp bóng cuối tường
bao nhiêu dáng hoa bấy nhiêu người đứng đợi
tuổi thơ mỗi lúc một dài

Cánh chiều rụng loang chân gốm
những thân sống với trụi trần
ai đó cắm sắc buồn vào gốm
tràn vào thu…

NIÊ A DŨNG

HÀ NGUYÊN DU
"Tính nữ và những linh ảnh huyền diệu trong thi ca phương Đông"

Hoặc:

("Dáng hình của gió: Tính nữ và biểu tượng linh thiêng trong thơ Á Đông)

1. DẪN NHẬP

• Thi ca phương Đông không chỉ là nơi lưu giữ lịch sử tâm hồn dân tộc, mà còn là lãnh địa linh thiêng – nơi cái đẹp và cái thiêng cùng trú ngụ.

• *Trong đó, tính nữ không đơn thuần là yếu tố tính giới*, mà là một nguyên lý vận động, một trường lực cảm ứng, một chân trời của cảm thụ và trực giác.

• *Thi ca Đông phương* – từ Đạo gia đến Thiền tông, từ **"Tình thi đến huyền ca"** – đều thấp thoáng dáng hình của "tính nữ" như biểu tượng của sự dung nhiếp, biến hóa và cứu rỗi.

"Tính nữ trong thi ca phương Đông không chỉ là người tình, người mẹ, mà còn là Đạo, là suối nguồn của thi tính linh thiêng."

2. KHÁI NIỆM "TÍNH NỮ" TRONG NGỮ CẢNH TRIẾT LÝ PHƯƠNG ĐÔNG

• *Soi chiếu từ thuyết* ***Âm Dương – Ngũ Hành****:*

• ***"Âm"*** *là mềm mại, trầm lặng, bao dung – là mặt trăng, là nước, là đêm, là trực giác.*

• ***"Dương"*** *là* ***cứng*** *rắn, sáng tỏ, lực động – là mặt trời, là lửa, là ngày,* ***là lý trí.***

• ***Tính nữ*** *ở đây không thuần là phái nữ, mà là nguyên lý mang tính* ***năng lượng âm****, linh hoạt, sáng tạo trong tĩnh lặng.*

• **Trong Đạo Đức Kinh, Lão Tử viết:**

"Tri thiên chi nam, nhi thủ thiên chi mẫu..."

(Biết Đạo của ***cứng mạnh****, nhưng giữ lấy* ***cái mềm*** *của Mẹ Trời)*

→ Đây chính là nguyên lý siêu hình của "tính nữ" trong vũ trụ và trong Thơ.

3. BIỂU TƯỢNG LINH THIÊNG MANG TÍNH NỮ TRONG THI CA PHƯƠNG ĐÔNG

3.1. Trăng – biểu tượng cổ điển của tính nữ

• **Trong thơ Đường** *(Lý Bạch, Đỗ Phủ, Vương Xương Linh…)*, trăng thường gắn với ly biệt, thầm lặng, và nỗi nhớ.

• **Trong thơ Việt** *(Hồ Xuân Hương, Nguyễn Du…)*, ***trăng là người bạn tri âm – đôi khi còn mang sắc dục thiêng liêng, vừa dịu dàng vừa dữ dội.***

"Trăng thương, trăng nhớ, trăng khơi mộng,
Trăng thở dài trên tóc thiếu phụ buồn."

3.2. Nước – hình ảnh nữ tính của vạn vật

• **Nước trong Đạo học** là hình ảnh của Đạo (vô vi, khiêm hạ), của lòng nhân ái và chuyển hóa:

"Thượng thiện nhược thủy" – Cái thiện tột cùng giống như nước.

• *Thơ phương Đông từ cổ chí kim thường lấy nước làm hình ảnh chuyển dịch của tình cảm và đạo lý:*

"***Người đi, một nửa hồn tôi mất – Một nửa hồn tôi hóa dại khờ…"*** *(Thơ Xuân Diệu cũng là hình ảnh nữ hóa cảm xúc)*

3.3. Hoa – biểu tượng của sắc hương và vô thường

• **Hoa là đi liền với tính nữ:** *đẹp, mong manh, bừng nở – nhưng chóng tàn.*

• ***Thơ Thiền dùng hình ảnh hoa*** để chỉ bản thể ***tánh không – sinh diệt*** đồng thời.

"Nhất chi mai" giữa tuyết trắng của Lâm Hòa Tĩnh.

"Ngậm ngùi hoa rụng, cánh chẳng về xuân" – (Thơ cổ Nhật)

3.4. Người phụ nữ – biểu hiện trực tiếp và ẩn dụ của tính nữ thiêng liêng

• *Trong thơ cổ, hình ảnh người nữ vừa là tri kỷ, vừa là biểu hiện của thiên mệnh, đôi khi là "huyền diệu" – là sự cứu chuộc.*

• **Từ nàng Thơ, nàng Kiều, cho đến Chức Nữ** – *đó không chỉ là hình nhân lịch sử hay truyện cổ, mà là biểu tượng tinh thần trong vũ trụ thi ca phương Đông.*

4. VAI TRÒ CỦA TÍNH NỮ TRONG VIỆC KHƠI MỞ CHÂN DUNG THƠ CA VÀ TÂM LINH

• **Tính nữ** *không chỉ hiện ra như hình ảnh, mà còn là phương thức cảm nhận, phương pháp sáng tạo:*

• **Nhẫn nại, mềm mại, trực giác** –*khác với lý tính, lập luận.*

• **Tính nữ đưa thi ca về gần với huyền nhiệm,** *vô ngôn, với không gian nội tâm.*

• Khi thơ nghiêng về "tính nữ", thơ cũng nghiêng về "cõi linh" – thơ trở thành cầu nối giữa hữu hạn và vô hình.

5. KẾT LUẬN MỞ

• **Tính nữ** trong thi ca phương Đông không là một thể loại hay đề tài, mà là một chiều sâu bản thể – một nguyên lý sinh thành và *cứu độ thi tính.*

• Hôm nay, giữa thế giới đầy lý tính, vội vã và trấn áp, việc *trở về với tính nữ trong thơ* ***– cũng là trở về với một hình thái nhân tính đầy rung động và thiêng liêng.***

"Khi con người biết lặng im và lắng nghe, tính nữ trong họ sẽ dẫn họ *đến cánh cửa của thơ, và có thể, của sự sống đích thực.*"

*** TÍNH NỮ VÀ BIỂU TƯỢNG LINH THIÊNG TRONG THI CA PHƯƠNG ĐÔNG**

DẪN NHẬP

Có một điều lặng lẽ mà sâu xa: *Thi ca phương Đông – từ nghìn năm trước – đã là một hành trình đi* ***về phía tính nữ***. Không chỉ như một đối tượng miêu tả, ***tính nữ còn hiện hữu như một nguyên lý vận động tinh thần, như dòng khí âm dịu mềm chảy xuyên qua huyền thoại, cổ tích, đạo lý và cả cõi u minh của con người.*** Trong không gian ấy, người nữ không đơn thuần là hình nhân gợi cảm, mà là ***linh ảnh tượng trưng, là người giữ khoá của thi tính và cánh cửa của huyền linh.***

Thơ phương Đông từ lâu *đã không tách rời khỏi những hình tượng mềm mại, uyển chuyển, trầm tĩnh.* Nơi ấy, trăng là người **tri âm tĩnh tại.** ***Nước là niềm thông tuệ biết nhường lối. Hoa là cái đẹp biết tan biến đúng lúc.*** Và người nữ – *trong dáng kiều thê lương hay tư dung thanh khiết – chính là hóa thân sống động của những biểu tượng ấy.*

Trong những bài thơ cổ, nàng có thể *là người tiễn chồng đi xa bên bến đò mùa thu. Cũng có thể là bóng trăng thấp thoáng ngoài hiên, hay một cánh sen lặng lẽ giữa đầm sâu.* Nàng xuất hiện rồi biến mất – *nhưng không bao giờ rời khỏi thi giới.* Tính nữ không cần lên tiếng – ***nhưng lại là hơi thở của toàn bộ vũ trụ thơ phương Đông.***

Chúng ta không nói đến phụ nữ như một giới tính, mà bàn đến ***"tính nữ"*** *như một trường năng lượng thẳm sâu của cảm thức, của bản thể.* ***Đó là khí âm trong triết học Âm Dương. Là nguyên lý thủy tính trong Đạo học.*** *Là hồn lặng trong Thiền tông. Và là cõi u minh trực giác trong những vần thơ du mục của bao thi nhân cổ đại.*

Trong một thời đại mà thơ đang có nguy cơ bị ép sát vào biên độ ngữ nghĩa và ngữ pháp, thì việc khơi dậy tính nữ – như một dòng linh cảm huyền nhiệm – chính là mở lại con đường cho thơ quay về nơi nó thuộc về: nơi của trực giác, của lặng yên, của cái đẹp không cần diễn giải.

Chúng ta sẽ cùng đi sâu vào những hình ảnh – như nước, như trăng, như hoa – và như những "nàng thơ" đã in bóng từ Trung Hoa cổ thi, Nhật Bản haiku, đến ca dao, thơ Đường luật, thơ Thiền, và cả dòng thơ hiện đại thấm đẫm âm ba Phật tính. Những biểu tượng linh thiêng ấy, dưới *ánh sáng của tính nữ,* sẽ dần dần hiện hình – như một "***hiểu biết bằng cảm thức" hơn là bằng lý luận.***

Bởi suy cho cùng, có những điều chỉ thi ca – và tính nữ trong thi ca – mới giữ nổi được linh hồn của nhân loại.

2. KHÁI NIỆM "TÍNH NỮ" TRONG NGỮ CẢNH TRIẾT LÝ PHƯƠNG ĐÔNG

*Nói đến "**tính nữ**" trong thi ca phương Đông là đi vào một* *vùng sáng mờ giữa hiện tượng và bản thể* – giữa cái dịu êm cụ thể và cái huyền nhiệm lan tỏa. *Tính nữ* ở đây không chỉ là giới tính sinh học hay vai trò xã hội, mà là một nguyên lý vận hành thuộc về vũ trụ quan, thế giới quan, và thi giới Đông phương – nơi mà mọi sự vật đều vận động trong mối tương sinh, tương khắc giữa hai cực: Âm – Dương.

T*riết học cổ phương Đông, đặc biệt qua hệ thống Kinh Dịch và Đạo Đức Kinh,* ***đã kiến tạo nên một vũ trụ luận không tách rời khỏi đời sống và thi cảm.*** Trong đó, ***tính nữ đồng nghĩa với khí Âm – một lực mềm mại, tiếp nhận, trầm tĩnh và dưỡng sinh. Âm không đối lập với Dương theo kiểu nhị nguyên đối kháng của phương Tây, mà là bạn đồng hành, là phần thiếu để làm nên toàn thể. Âm là đêm để Dương là ngày. Âm là nước để Dương là lửa. Âm là trăng để Dương là mặt trời.*** Và trong đời sống thơ, **tính nữ** chính là không gian nâng đỡ cho cảm xúc thi ca được sinh thành và lắng dịu.

Lão Tử từng viết trong chương 6 của Đạo Đức Kinh:
"Thần Khố chi môn, viết Diệu mẫu."
(Cửa của Linh khí vũ trụ gọi là Mẹ mầu nhiệm)
Và ở một đoạn khác, ông nói:
"Tri thiên chi nam, nhi thủ thiên chi mẫu."
(Biết cái cứng của Trời, nhưng giữ lấy cái mềm của Mẹ)

Đây không chỉ là lời khuyên tu thân, mà là một chỉ điểm tinh thần: cái mềm – cái nữ – cái âm chính là bản chất sâu thẳm và bền bỉ nhất của mọi sinh thành. Từ đó, thi ca nào không đi vào chiều sâu tính nữ, thơ ấy dễ khô khốc, dễ trở thành ngôn ngữ mà không còn linh ảnh.

Một điều lý thú là: tính nữ trong tư tưởng Đông phương luôn được kết nối với "Đạo" – con đường của vô vi, tĩnh tại, không cưỡng cầu – mà vẫn thành tựu. Đạo không hét to, không tuyên bố, không tranh giành – nhưng như nước, âm thầm mà thấm, âm thầm mà xuyên đá. Ấy là nét nữ tính huyền nhiệm – biểu hiện của từ bi, nhu thuận, thấu cảm – những yếu tính linh thiêng mà thi ca thực thụ luôn cần đến.

Nếu trong triết học Hy Lạp, người ta tìm "logos" – lý tính

dẫn dắt thế giới, thì trong thế giới Đông phương, cái dẫn dắt vạn vật lại thường là một **"khí"** vô hình – vừa âm thầm, vừa bao phủ – tức là một dáng hình nữ giới vô định, như sương, như trăng, như suối nhỏ len lỏi trong vô minh.

Thế nên, tính nữ không phải là đề tài trong thơ – mà là phương thức thơ tồn tại. Khi nhà thơ thật sự lắng nghe, thật sự mềm đi, thật sự trở thành một chiếc bình rỗng, thơ mới có thể được "trút vào". Mọi ngôn ngữ lúc ấy chỉ là biểu hiện, còn nguồn gốc của thơ là một mẫu thể linh thiêng – đó chính là tính nữ sâu xa đang thở trong lòng thơ.

3. BIỂU TƯỢNG LINH THIÊNG MANG TÍNH NỮ TRONG THI CA PHƯƠNG ĐÔNG

Nếu tính nữ là một nguyên lý mềm ẩn trong thơ ca phương Đông, thì những biểu tượng cụ thể như trăng, nước, hoa, người nữ chính là các "hiện thân" đầy sức ám gợi của nguyên lý ấy. Những hình ảnh tưởng như quen thuộc ấy, khi được đặt trong bối cảnh huyền nhiệm của thi giới Á Đông, lại mang nội dung siêu hình – biểu cảm – và dẫn dắt người đọc vượt thoát khỏi tầng thực tại đơn nghĩa.

3.1. Trăng – biểu tượng cổ điển và thăm thẳm của tính nữ

Không hình ảnh nào trong thơ phương Đông mang vẻ đẹp trầm lặng, dịu dàng và thiêng liêng như trăng. Trăng trong thơ không chỉ là thiên thể mà còn là người bạn tri âm, người tình u huyền, người mẹ của nỗi nhớ, người nữ không hiện thân mà luôn có mặt.

Lý Bạch từng viết:

"Cửu cảnh lương dạ tương tư nguyệt,
Cô ảnh vô nhân tự ngậm sầu."
(Trăng đêm lành lạnh khơi niềm tưởng,
Bóng lẻ không ai khép nỗi sầu)

Trăng trong thơ Đường là niềm ly biệt, là ký ức mềm, là thời gian ngưng đọng. Trong văn hóa Trung Hoa cổ, trăng cũng gắn với Hằng Nga – người phụ nữ bất tử sống cô đơn trên cung Quảng – một hình ảnh mang tính nữ rõ rệt: vừa mộng mị, vừa thần thoại, vừa cách biệt vĩnh viễn với trần thế.

*Ở thi ca Việt Nam, trăng cũng thường gắn với nữ giới và cảm thức **"nguyệt tính"**:*

"Trăng thương, trăng nhớ, trăng khơi mộng,
Trăng thở dài trên tóc thiếu phụ buồn."
(Thơ mới Việt Nam)

Trăng là sự sống của cõi tĩnh, là ánh sáng của âm bản, là tri âm không lời – tất cả đều nằm trong trường cảm thức nữ tính. Trăng không nói – nhưng thấu hiểu. Trăng không hiện thực – nhưng lại là chứng nhân của tâm linh thi sĩ.

3.2. Nước – bản thể dịu mềm và nguyên mẫu tính nữ

Trong tất cả các biểu tượng Đông phương, nước là biểu tượng có hệ chất tính nữ rõ nét nhất. Từ triết lý Đạo gia đến hình tượng trong thơ, nước vừa là sự sống vừa là đạo lý:

"Thượng thiện nhược thủy" – Cái thiện cao nhất giống như nước.
Nước biết nhường, biết uốn, biết lặng im, biết bao dung – mà cuối cùng lại mạnh hơn cả đá.

Trong thơ Thiền, nước là cõi tĩnh, là biến hóa, là chiếu soi tâm cảnh. Trong thơ tình, nước là nỗi niềm, là nước mắt, là dòng sông dẫn đến bến đợi – một biểu hiện đậm chất nữ tính, như trong ca dao Việt Nam:

"Thuyền về có nhớ bến chăng,
Bến thì một dạ khăng khăng đợi thuyền…"

Ở đây, nước là sự chờ đợi âm thầm – sự dâng hiến không đòi đáp – một kiểu hiển lộ đặc biệt của linh cảm tính nữ phương Đông.

3.3. Hoa – cái đẹp mong manh và ánh chớp vô thường

Hoa là biểu tượng của cái đẹp nhưng không cố định, của phồn sinh nhưng cũng của hủy diệt. Trong tư tưởng Thiền tông, hoa chính là biểu tượng của "sắc tức thị không":

"Một đóa hoa vừa nở – cũng là vừa tàn."

(Kinh Kim Cang: "Nhất thiết hữu vi pháp / Như mộng huyễn bào ảnh / Như lộ diệc như điện...")

Hoa trong thơ cổ Nhật Bản (Haiku) luôn gợi đến vô thường. Trong thi ca Việt Nam, hoa là hình ảnh đồng nghĩa với người nữ và số kiếp:

"Chữ tài liền với chữ tai một vần"

(Nguyễn Du – Truyện Kiều)

"Hoa bay lên trời hoa rơi xuống đất / Hoa về trong mộng, hoa hóa thân em"

(Thơ đương đại)

Hoa gợi nên một sắc thái vừa yêu kiều vừa siêu thực – nơi cái đẹp chạm tới cái linh thiêng, cái nữ tính hòa vào sự nhiệm mầu.

3.4. Người phụ nữ –hình ảnh mang tầng nghĩa thần thánh

Người phụ nữ trong thơ Đông phương không chỉ là nhân vật. Nàng là "nàng thơ", là bóng hình của linh cảm, là hiện thân của thi tính. Có khi nàng là giai nhân tiễn biệt, có khi là phi tần mòn mỏi sau rèm trướng, có khi là Chức Nữ bị chia cách nghìn năm...

Trong thi ca Thiền tông, hình ảnh người nữ đôi khi còn gắn với khải thị tâm linh:

"Em bước nhẹ trên cỏ / Mỗi bước một mùa xuân / Không cần nói điều gì / Gót chân em là thiền..."

(Thơ thiền đương đại)

Trong Truyện Kiều, nàng Kiều là một hóa thân vừa phàm vừa thiêng, vừa chịu đựng vừa giác ngộ – một biểu tượng đầy nữ tính nhưng cũng đầy sứ mệnh luân hồi của thi ca.

Từ cổ tích đến thơ hiện đại, người nữ vẫn là hình hài của sự nhớ thương, của cái đẹp bị lưu đày, và đôi khi là hình bóng của Đạo trong đời sống nhân gian.

Trong tất cả những biểu tượng trên, điều lặng lẽ nhất là: tính nữ không cần nói về mình – vì nàng đã hiện hữu khắp nơi trong thi giới Đông phương. Nàng chính là không gian của thi cảm, là nhịp thở của vô ngôn, là ánh sáng của cõi sâu thẳm nhất mà thi ca luôn hướng đến.

4. VAI TRÒ CỦA TÍNH NỮ TRONG VIỆC KHƠI MỞ CHÂN DUNG THƠ CA VÀ TÂM LINH

Trong chiều sâu của thi ca phương Đông, tính nữ không chỉ là một chủ đề, mà là cốt tủy của phương thức tồn tại thi tính. Nó không nằm ở những câu thơ nói về người nữ, mà nằm trong chính cách thơ đi vào cõi lặng, cõi không, cõi mơ hồ, cõi cảm ứng – những vùng không thể nắm bắt bằng lý trí, mà chỉ có thể chạm đến bằng trực cảm, bằng thinh lặng, bằng tâm linh.

Tính nữ làm nên thơ – không phải bằng ngôn từ – mà bằng một trường năng lượng thầm thì. Khi nhà thơ thả lòng, mềm đi, và trở nên đón nhận như đất, như nước, như lòng mẹ – chính khi ấy thơ mới sinh. Thơ không "được làm ra", mà được đón vào – như một thai khí, một độ trăng, một luồng ánh sáng chưa từng qua lưỡi dao lý luận.

4.1. Tính nữ như không gian dung chứa của thi tính

Tính nữ là không gian: nơi thơ nương náu. Không gian ấy là cõi âm, là mạch tối giữa sáng rõ của lý trí, nơi cái chưa-thành-hình được bao dung, dưỡng nuôi.

Trong văn hóa phương Đông, không gian nữ luôn hiện ra dưới hình tượng hang động, đầm nước, gió khuya, trăng lạnh, hay "phòng khuê thâm u" – những nơi chốn không phải để ồn ào mà để lặng nghe. Chính trong sự lặng ấy, thơ phát sinh. Tính nữ là mẹ của khoảng lặng, là tử cung của thi tính – nơi ngôn ngữ chưa ra đời nhưng đã có linh cảm.

Thi sĩ đích thực phải mang trong lòng một khoảng tối mềm, để mọi ánh sáng từ hư vô có thể rọi đến mà không bị phản kháng.

4.2. Tính nữ như trực giác khai mở tâm linh trong thi ca

Nếu triết học là tư duy bằng lý trí, thì thi ca phương Đông là một hình thái tư tưởng bằng trực giác – mà trực giác lại là lãnh địa của tính nữ. Không phải tình cờ mà thơ Thiền luôn tránh lập luận, mà dùng hình ảnh. Không phải vô lý khi các nhà thơ lớn của Trung Hoa, Nhật Bản, hay Việt Nam đều có những "đêm mưa" – những "chiếc lá" – những "hơi gió" làm giọng nói cho linh hồn mình.

Tính nữ không giải thích. Tính nữ gieo cảm. Và từ cảm ấy, thơ đi vào tâm linh không qua con đường tín điều, mà qua thẩm thấu nội tại. Một câu thơ có thể làm người ta rơi nước mắt không vì nghĩa, mà vì hồn. Mà hồn – chính là điều tính nữ âm thầm nâng giữ.

4.3. Tính nữ – chất xúc tác để thơ trở thành con đường chuyển hóa

Trong triết lý phương Đông, mọi vật đều sinh và hoại – nhưng cái thiêng là thứ biết chuyển hóa. Thơ ca không chỉ là nghệ thuật miêu tả, mà là nghệ thuật chuyển hóa: đau thương thành đẹp, mất mát thành hiểu biết, chia ly thành rung động.

Chất xúc tác cho quá trình ấy không phải là logic, mà là từ bi, nhẫn nhịn, mềm mại – chính là các phẩm tính nữ tính thiêng liêng. Thơ trở thành chiếc thuyền đưa ta vượt qua bể khổ – không phải bằng lý trí giải cứu, mà bằng khả năng gọi tên cái đau một cách dịu dàng đến mức nó không còn sắc nhọn.

Trong Truyện Kiều – một kiệt tác linh thiêng – tính nữ không chỉ nằm trong thân phận nàng Kiều, mà chính là cách Nguyễn Du khóc hộ nhân thế bằng một thứ nước mắt thơ ca vượt thời gian. Ấy là nước mắt không gào thét, không cay nghiệt, mà thấm như một cơn mưa ngâu: "nghìn năm sau lệ vẫn rơi thầm…"

4.4. Tính nữ và "linh hồn thi ca" – một khái niệm cổ nhưng vẫn đang mở

Sau cùng, chúng ta không chỉ nói đến vai trò của tính nữ trong thơ, mà là linh hồn của thơ ca phương Đông, từ cổ chí kim, từ ca dao mẹ ru đến thiền ngôn cổ tự. Linh hồn ấy mang một dáng hình nữ: âm bản, dịu dàng, huyền bí, chữa lành.

Nó không áp đặt nghĩa, mà mở cánh cửa cảm. Không ban bố đạo lý, mà làm ta rưng rưng. Không ép người hiểu, mà để người quỳ xuống trước một đoá hoa rụng. Đó không còn là văn chương – đó là cõi thơ như một dạng hiển linh.

Trong tính nữ, thơ không cần biện minh – vì nó là chính đời sống được thi hóa.

5. KẾT LUẬN

Trong thi ca phương Đông, nơi vũ trụ được cảm nhận không bằng mắt mà bằng tâm, tính nữ không đơn thuần là một khía cạnh giới tính, càng không chỉ là đề tài gợi cảm. Nó là một nguyên lý sống động, một nền huyền cảm lặng lẽ, một nguồn suối linh thiêng nuôi dưỡng thơ từ đáy sâu bản thể.

Trăng – nước – hoa – người nữ… tất cả là những hiện thân của cái mềm, cái bao dung, cái không lời. Tính nữ là khí âm mà vạn vật nương nhờ để trở về nguồn cội. Trong thi ca, đó là khoảng trống làm vang lên âm thanh, là chỗ không có chữ mà thơ hiện ra, là cảm thức của thiêng giữa cuộc đời trần tục.

Ngày nay, trong cơn lốc của công nghệ, thông tin và tốc độ, có lẽ chính tính nữ – với bản chất mềm, chậm, thinh lặng và đón nhận – sẽ cứu lại thơ ca khỏi bị biến thành lời lẽ máy móc, cứu lại thi sĩ khỏi trở thành người "sản xuất" ngôn từ mà quên rung cảm.

Trở về với tính nữ, là trở về với nền linh đạo nội tại của thơ. Một cõi thơ không chỉ để đọc, mà để sống. Không chỉ để thưởng thức, mà để thành hình một nhân cách thơ đầy từ bi và giác ngộ.

Và khi thi sĩ biết cúi đầu trước sự im lặng huyền nhiệm đó, thơ sẽ không còn là công cụ, mà là nghi lễ – không còn là hình thức, mà là khí linh của sự sống.

TÓM TẮT NGẮN GỌN

(abstract –cho phần mở đầu số báo)

Bài tiểu luận này tiếp cận tính nữ như một nguyên lý linh thiêng trong cấu trúc thi cảm của văn học phương Đông. Tác giả không xem tính nữ là đề tài hay đối tượng, *mà như một lực vận động, một trường cảm thức, và một phương pháp cảm ngộ giúp thơ phương Đông đạt đến độ trầm mặc, sâu xa, và siêu thoát. Qua việc* *phân tích các biểu tượng như trăng, nước, hoa, người nữ… bài viết cho thấy: chính tính nữ đã làm nên "linh hồn thơ" – nơi cảm xúc và tâm linh giao nhau trong sự im lặng huy hoàng* **của cái đẹp.**

LỜI TÁC GIẢ (cho phần cuối hoặc đầu bài)

Tôi viết bài này như một nén tâm nhang dâng lên những người đã giữ cho thi ca phương Đông một độ mềm không gấp gãy, một vẻ nữ không yếu ớt, và một linh cảm không bị giết chết bởi khô cứng của lý tính. ***Khi thi sĩ biết nghe tiếng trăng rơi, hoặc lặng lẽ thở cùng một đóa hoa, lúc ấy thơ không còn cần diễn giải.***

Mong người đọc không tìm sự khúc chiết, mà tìm một trường cảm nhẹ thôi nhưng có thật – như tiếng mưa ngâu từ thuở nào.

HÀ NGUYÊN DU

TÀI LIỆU THAM KHẢO – TRÍCH DẪN GỢI Ý
(**có thể** mở rộng thêm nếu in thành sách)

1. Lão Tử, Đạo Đức Kinh – bản dịch Nguyễn Duy Cần
2. Trang Tử, Nam Hoa Kinh – bản dịch Nguyễn Văn Hoàn
3. Thích Nhất Hạnh, Tĩnh lặng – Sức mạnh của im lặng trong thế giới ồn ào, NXB Trẻ
4. Trần Đình Hượu, Tư tưởng phương Đông gợi những điểm nhìn tham chiếu, NXB Giáo Dục
5. Nguyễn Du, Truyện Kiều – chú giải Đào Duy Anh
6. Tuyển tập Haiku Nhật Bản cổ điển – nhiều tác giả
7. Tuyển thơ Thiền Tông Việt Nam – NXB Tôn Giáo
8. Phan Ngọc, Bản sắc văn hóa Việt Nam, NXB Văn hóa – Thông tin
9. Lê Tâm Thiện, Thi ca như một hình thái tâm linh sống động, Tạp chí Văn Học Mới (số 36)

HÀ NGUYÊN DU

• "Sự Giới Hạn – Kẻ Thù Hay Người Canh Gác?"

Hoặc:

"Sự Giới Hạn ... Của Muôn Loài ... Và Sự Đối Mặt Với Những Họa Phúc ... Trong Vô Vàn Những Thách Thức"

Là một đề tài lớn, *nhiều tầng bậc và rất giàu tiềm năng* để phát triển thành một tham luận triết học – nhân văn – sinh thái học.

Dưới đây, tôi sẽ xây dựng một dàn bài tham luận chi tiết, kèm theo nội dung phát triển (có thể dùng trực tiếp hoặc mở rộng thành bài viết dài hơn).

I. DẪN NHẬP:
VỊ TRÍ CỦA MUÔN LOÀI TRONG CHU TRÌNH ... HỮU HẠN

• *Mọi sinh thể – từ côn trùng nhỏ bé đến con người –* **đều tồn tại trong giới hạn nhất định:** thời gian sống, ***không gian sống,*** **khả năng nhận thức**, *sức chịu đựng,* **khả năng thích nghi…**

• ***Giới hạn*** *không phải là điểm yếu,* **mà là đặc trưng bản thể.** ***Chính nhờ giới hạn*** *mà mỗi loài mang tính duy nhất và đóng* ***vai trò riêng trong hệ thống sự sống.***

• *Nhưng đồng thời, trong thế giới đang biến đổi dữ dội, chính những giới hạn đó lại trở thành vết nứt tiềm ẩn dẫn tới khủng hoảng – cả ở cấp độ sinh học, xã hội, công nghệ lẫn đạo đức.*

II. CÁC DẠNG THỨC GIỚI HẠN – VÀ NHỮNG TÁC ĐỘNG PHẢN HỒI

1. Giới hạn sinh học

• Loài người dù vượt trội nhưng vẫn bị ràng buộc bởi yếu tố vật lý:

Già, bệnh, chết, thiên tai, giới hạn nhận thức.

• *Sự bùng nổ dân số, thiếu lương thực, biến đổi khí hậu khiến sinh giới phải đối mặt với những thử thách sống còn.*

• *Động – thực vật bị tuyệt chủng hàng loạt, không kịp thích nghi.*

2. Giới hạn đạo đức

• *Khi công nghệ phát triển quá nhanh, loài người bắt đầu thao túng tự nhiên, thí nghiệm di truyền, trí tuệ nhân tạo…*

• **Câu hỏi đặt ra:**

Có nên vượt qua giới hạn đạo đức để "nâng cấp" giống loài, hay phải biết dừng lại trước ranh giới không thể xâm phạm?

3. Giới hạn nhận thức và tâm linh

• *Loài người vẫn chưa hiểu hết chính mình, càng chưa hiểu rõ "ý nghĩa tồn tại" giữa một vũ trụ vô tận.*

• *Khi tôn giáo, khoa học và triết học không còn đưa ra câu trả lời trọn vẹn, con người bắt đầu rơi vào hoang mang – mất phương hướng tinh thần.*

III. HỌA PHÚC: GIỮA CƠ MAY VÀ MẦM HỦY DIỆT

1. Công nghệ và sự "nâng cấp" giới hạn

• *AI, gene editing, máy móc sinh học… đang mở ra khả năng kéo dài tuổi thọ, tăng cường trí tuệ, thay đổi bản chất loài.*

• *Nhưng cái giá đi kèm là sự mất cân bằng: ai kiểm soát ai? Ai hưởng lợi? Ai bị bỏ lại?*

2. Môi trường và sự trở lại của tự nhiên

• Đại dịch, cháy rừng, lũ lụt, băng tan… là những lời nhắc nhở khẩn thiết rằng thiên nhiên không chấp nhận bị bóp méo mãi.

• Mỗi giới hạn bị vượt qua mà không suy nghĩ đều có thể dẫn đến sự "phản công" của tự nhiên – dẫn tới hậu quả không thể phục hồi.

IV. THÁCH THỨC TRONG THỜI ĐẠI LIÊN KẾT: VƯỢT QUA HAY DỪNG LẠI ?

1. Thách thức cá nhân

• *Sống trong một thế giới "quá tải thông tin", quá nhiều kỳ vọng, liệu cá nhân có còn giữ được sự tỉnh thức, nhân bản và lòng trắc ẩn?*

2. Thách thức cộng đồng

• *Xung đột lợi ích toàn cầu (tài nguyên, chủng tộc, công nghệ) khiến con người dễ bị đẩy vào hố sâu phân hóa.*

• *Cộng đồng loài người đang bị thử thách bởi chính sự thiếu đoàn kết và lạm quyền trong việc chi phối tự nhiên.*

3. Thách thức triết học:

• *Nếu con người có thể vượt qua mọi giới hạn bằng công nghệ, liệu còn gì gọi là "người"?*

• *Liệu giới hạn là gánh nặng, hay là nền tảng giúp giữ lại tính người giữa cơn say quyền năng?*

V. KẾT LUẬN: CHẤP NHẬN – TỈNH THỨC – CÂN BẰNG

• *Giới hạn không phải để xóa bỏ, mà để nhận diện và điều tiết khôn ngoan.*

• *Cái giá của việc vượt giới hạn không suy xét có thể là diệt vong, còn việc chấp nhận giới hạn với tinh thần hiểu biết có thể là cứu rỗi.*

• *Sự tồn tại của muôn loài không phụ thuộc vào sức mạnh riêng rẽ, mà nằm ở khả năng cùng nhau chia sẻ không gian sống và giữ lấy những giới hạn mang tính sống còn.*

Có thể dùng những tiêu đề phụ:

• *"Người Tự Hủy Trong Cơn Say Quyền Lực?"*

• *"Giới Hạn – Kẻ Thù Hay Người Canh Gác?"*

• *"Khi Loài Người Muốn Trở Thành Thần"*

I. Giới hạn sinh–văn–triết trên bình diện nhân loại & vạn vật

1. Giới hạn sinh học & tự nhiên

• *The Open Boat (Stephen Crane): thiên nhiên với thái độ "vô cảm" buộc con người nhận ra sự hữu hạn của mình .*

• *Văn học Việt: truyện ngắn "Muối của rừng" (Nguyễn Huy Thiệp) cảnh báo tự nhiên không thể bị chinh phục vô điều kiện .*

2. Giới hạn nhận thức & tâm linh

• *Duino Elegies (Rilke): đặt con người trước vẻ đẹp bất tận nhưng bất lực, tâm trạng chơi vơi và cô đơn .*

• *Virginia Woolf & Rebecca Solnit: khuyến khích "chấp nhận điều không thể biết" để mở rộng sáng tạo .*

3. Giới hạn văn hóa – lịch sử

• The Sorrow of War (Bảo Ninh): thể hiện sự suy tàn của cá nhân & tập thể khi mắc kẹt giữa giới hạn lịch sử – chiến tranh .

• Mộc mạc nhưng sâu sắc hơn ở Land (Ngọc Giao): mảnh đất là giấc mơ đổi đời nhưng cũng dễ bị chiến tranh vùi nát .

II. Hoạ phúc: Khi vượt giới hạn trở thành tai họa

1. Chiến tranh & sinh thái

• **Văn học Việt hậu chiến:** *lời cảnh tỉnh rằng vũ khí tàn phá không chỉ người mà cả đất đai (Land, Hoya, The Sorrow of War) .*

• **Toàn cầu:** *The End of Nature (New Yorker 1989) – bức tranh đầu tiên về hậu quả công nghiệp hóa trên khí hậu .*

2. Công nghệ – con người & đạo đức

• *Klara and the Sun (Ishiguro): AI đặt ra câu hỏi về bản chất sống – sống để khám phá ý nghĩa hay chỉ để kéo dài? .*

• *Ursula Le Guin – Paradises Lost: xã hội không gian cho thấy hạn chế khi cô lập và muốn kiểm soát thiên nhiên .*

III. Văn học Việt – bảng lề của giới hạn & hồi sinh

1. Văn học sinh thái – ecocriticism

• **Revenge of Gaia (Paul Christiansen)**: *tuyển tập truyện eco-fiction VN, phơi bày mâu thuẫn giữa con người và thiên nhiên*

• **Truyện Trần Duy Phiên** *(Ants and Humans, Termites and Humans): thiên nhiên thắng thế trước tham vọng thô bạo của con người .*

2. Ecofeminism & quyền con người

• **Nguyễn Ngọc Tư:** *Cánh đồng bất tận, Khói trời lộng lẫy – phụ nữ và thiên nhiên cùng chia sẻ số phận khổ đau, cùng kiên cường .*

3. Trí thức chính trị & sinh thái trong văn chương

• **Dương Thu Hương:** *Paradise of the Blind, Zenith – lồng khung đạo lý, quả báo và sinh thái chính trị trong mối hệ nhân–địa* – vũ trụ .

4. Thơ & nhân sinh giới hạn

• **Phản chiếu đạo lý:** ***đời người hữu hạn, con người hữu phận, xã hội biến hóa; cảm hứng lấy từ tự nhiên, lịch sử, ký ức dân tộc.***

IV. Thách thức – giải pháp tương lai

1. Chấp nhận sự hữu hạn – *phát triển trách nhiệm*

• **Văn học như ngọn đèn phản chiếu giới hạn** – *để con người khi tự vượt, vẫn cân bằng đạo đức, sinh thái, tinh thần.*

2. Tinh thần liên ngành – *đa văn hóa*

• **Khai thác tài liệu lịch sử, khoa học, triết học và văn thơ** *để hiểu "giới hạn" đa chiều – thể xác, nhận thức, tình cảm, xã hội.*

3. Hội nhập toàn cầu

• **So sánh ví dụ VN với các tác phẩm quốc tế (Ishiguro, Rilke, Woolf)** *để thấy hạn chế chung của nhân loại – và tìm hướng "giữ mình".*

V. Kết luận & nhắc nhở

• **Giới hạn vừa là rào chắn vừa là thách thức** – *nếu không biết nhìn đúng, là nguyên nhân dẫn đến hoạ phúc.*

• **Văn học giữ vai trò cảnh tỉnh và nâng cao ý thức xã hội** *– lan tỏa trong từng truyện ngắn, tiểu thuyết, bài thơ.*

• **Bài viết kêu gọi:**

• **Tôn trọng thiên nhiên & sinh giới** (eco-consciousness).

• **Chống đồng nhất hóa** ***nỳ kiến*** **khoa học** – ***cần tâm hồn, đạo đức*** – *như Dương Thu Hương, Rilke, Ishiguro nhắc.*

• **Duy trì lòng khiêm tốn nhân loại** – *đừng để công nghệ biến thành thần quyền.*

HÀ NGUYÊN DU

Jun 19/25 khuya 1h 16

VŨ HOÀNG THƯ
Gót đêm

Nghe bước lạ
        ngỡ thiết thân
guốc khuya về gõ
nhịp tầng gió đêm
gót chân ai
        đã thõng mềm
về trăng thắp lá
sáng rèm cồn phơi
một sẩy chân
        điệu ru hời
dăm ba góc nhớ
tơi bời phố đau

dưới chân đi
        mộng ban đầu
gọi mùa sông lũ
gối nhàu sao thương
quá khứ vội
        chẳng tỏ tường
hứa cùng mai một
vô thường về không

một chút nghi
        dậy thanh đồng
trờ đêm bóng nụ
phới bồng như nhiên

VŨ HOÀNG THƯ
Tháng 4, 2013

Cảm nhận tập thơ LY HƯƠNG

LƯƠNG THIẾU VĂN

LƯU LÃNG KHÁCH, KHÚC LY CA CỦA NHÀ THƠ NÚI ẤN SÔNG TRÀ

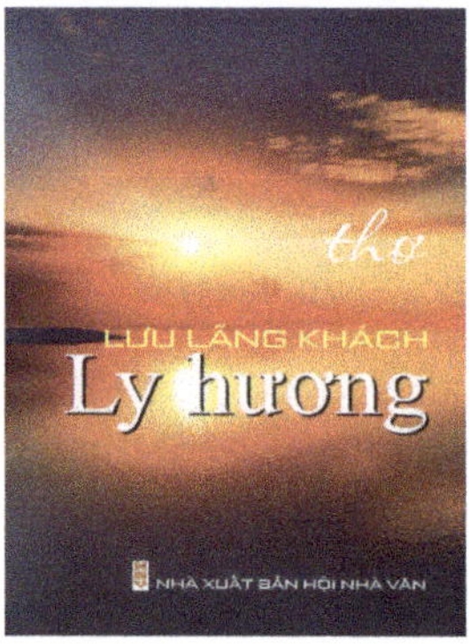

Đọc tập thơ Ly Hương của Lưu Lãng Khách là chúng ta đọc nỗi lòng của một người viễn khách xa quê được diễn đạt bằng thơ. Những xung đột trong nội tâm với niềm khát khao mang đầy nỗi nhớ không sao diễn tả hết bằng lời lại được diễn giải bằng những câu thơ chan chứa tình cảm chân thật đến nao lòng, phải chăng nhờ thế mà Ly Hương vẫn luôn là giọt mật được nuôi cấy bằng tinh hoa của muôn loài thảo mộc, là tơ vàng óng ả của kiếp tằm nhả tơ chỉ để làm vương vấn lòng người?

Nhà thơ Lưu Lãng Khách tên thật Nguyễn Duy Toàn, quê Nghĩa Hà, Tp Quảng Ngãi. Thời trẻ anh có thú giang hổ, rày đây mai đó nên khi bắt đầu làm thơ viết văn anh tự lấy bút danh: Lưu Lãng Khách(Kẻ lãng du nơi trần thế). Tôi quen nhà thơ Lưu Lãng Khách khá lâu- hơn mười năm, có lẽ là duyên tao ngộ của những người rong chơi cùng chữ nghĩa và cũng thật tình cờ lại cùng trôi dạt về quận 7- Tp Hồ Chí Minh, (nơi anh chọn làm nơi dừng chân để trả nghĩa vợ chồng cùng người vợ tào khang đã nhiều năm thui thủi một mình gánh vác việc gia đình nuôi ba đứa con thơ dại khi ông chồng chưa chịu dừng bước lãng du giang hồ), nhà lại không xa lắm nên có dịp anh em hẹn nhau ngồi cà phê hoặc dăm khi cùng bạn bè văn chương bù khú cho vơi tháng rộng năm dài của buổi hoàng hôn. Chính những lúc ngà ngà say đó mới hiểu hết được tâm hồn của kẻ tự cho mình là người lãng du nơi chốn ta bà đầy bụi bậm.

Tập thơ Ly Hương là tập thơ ngắn, mỏng khoảng 100 trang với 79 bài thơ viết bằng nhiều thể loại khác nhau và trình bày khá trang nhã nhưng lại có một độ dày về thời gian thể hiện cũng như in đậm dấu chân phiêu lãng của một lãng tử trên khắp miền đất nước. Từ dãy đât miền Trung đầy nắng gió ra đi(Núi Ấn sông Trà), anh lên miền cao nguyên mù sương(Sơn nữ LangBiang), rồi ngược ra Bắc lặng người trước kinh đô nước Việt xưa(Về thăm kinh đô Văn Lang, Sĩ Nhiếp - Luy Lâu), xuôi về đồng bằng tắm mình trong gió biển ban mai(Bình minh trên bãi Thùy Vân), thậm chí đôi lúc anh muốn xuyên không ngược vào huyền sử(Lung linh truyền thuyết Tiêu Tương, Tiêu Tương huyền tích...), ở nơi nào hồn thơ của anh đều muốn chìm đắm, đều muốn say tình, đều muốn nấn níu để bước chân luôn bị lần khân trên các nẻo về.

Tập thơ Ly Hương viết nhiều về nỗi nhớ quê. Quê hương là gì đi xa sao ta lại nhớ? Phải chăng đó là dòng sông bến nước con đò, phải chăng đó là hình ảnh mẹ cha ngày đêm mòn mỏi đợi chờ bước đứa con hoang trở về, phải chăng đó là hình ảnh người vợ hiền cam phận nuôi con cho chồng thỏa mộng viễn du sông hồ? Nỗi nhớ trở thành nỗi buồn viễn xứ khôn nguôi:

Nỗi nhớ khắc khoải trong lòng:
Anh lớn lên bên hữu ngạn sông Trà
Nơi dòng chảy sắp hòa vào biển lớn
Đời cơm áo nào phải là chuyện giỡn
Buổi đăng trình nghe lạnh buốt xương da...
(Nỗi lòng viễn xứ)

Anh hình dung ngày trở về trong giọt lệ yêu thương:

Trở về sau cuộc lãng du
Sông Trà Giang đã sang thu dịu lành
Ơ kìa mắt mẹ long lanh
Tim vui rót lệ tưới vành môi khô
(Mơ vào Vu lan)

Quê hương như máu thịt không thể cắt lìa, tình cố hương luôn ăn sâu trong tâm hồn người con phiêu bạt:

"Quê anh miền bão lũ/Bên hữu ngạn sông Trà/Nơi sông về với biển/Quen lở bồi,phù sa/Buổi đăng trình vội vã/Ngả nón chào quê hương/Bao năm đời phiêu bạt/Dòng xanh nào vương vương"
(Tình cố hương)

Hay nỗi bơ vơ khi trở về bên dòng sông quê hương:

"Anh như bao người con sông Trà
Nhưng ba mươi năm hơn đời bôn ba phương xa
Đầu phau phau bông lau nay về thăm mẹ cha
Con hư chăng sao quên đường về nhà
Sao bơ vơ bên sông Trà chiều tà..."
(về thăm mẹ cha)

Trên bước đường xa xứ, ở đâu đó anh bắt gặp vẻ đẹp của thiên nhiên, con người, cô gái đẹp thì trái tim của anh lại có dịp rung lên với những vần thơ mang đầy cảm xúc:

"Thăm miền phế tích Luy Lâu
Hồn hoang đường cũng nhuốm màu rêu phong
Thánh Nam Giao lắm đức công
Đền lăng diện mạo đau lòng hậu sanh..."
(Sỹ Nhiếp – Luy Lâu)

Hay:

"Có phải em là đỉnh trời hoang dại
Vén truyền thuyết Langbiang em bước vào đời
Để đem xuân con nai rừng ngơ ngác
Ngọn lửa nào cháy rực mãi em ơi"
(Sơn nữ Langbiang)

Anh cũng rất thích làm những bài thơ theo dạng bình thanh, câu chữ chỉ toàn thanh bằng có thể kể ra vài bài trong tập thơ: Thiên thu tình buồn, Xuân quên, Còn gì mẹ ơi!, Bao năm anh về, Cô làng chài, Đàn – trăng ..., ở những bài thơ nầy ta thấy anh chịu ảnh hưởng rất nhiều hương vị thơ Bích Khê, người nổi tiếng với bài thơ Tỳ Bà. Cũng hay đó chứ, "tâm sinh ý, ý sinh tình" mà, vòng tuần hoàn xoay chuyển có gì lạ đâu:

"Khuya thu nhìn trăng sao/Nâng cung đàn thanh tao/Xuyên hư huyền sương mây/Tam u trầm hư hao/Du thuyền trên sông Trà/Chèo khua hoài Tầm Dương/Guitar rung tỳ bà/Mưa tràn run cung thương" (Đàn – trăng)

Ở một bài thơ khác:

"Mười năm về thăm sông Trà/Mười năm tàn khô cha già/Mười năm bao người qua đời/Mười năm tưa nhàu tình ca/Mười năm còn ta không ta"
(Về thăm sông Trà)

Đôi khi chỉ là một chiếc lá rơi cũng làm cho tâm hồn một mối cảm xúc u hoài khó tả:

"Chỉ là chiếc lá thu rơi
Sao nghe như thể một đời rụng sa
Chỉ là chiếc lá bay qua
Lòng hoang mang ngỡ như là trăm năm"
(Chỉ là chiếc lá)

Thơ tự do mang ý tưởng cũng khác lạ:

"Tia chớp lóe ngang trời/ Màn đêm lõa thể/ Có gì đó trong bóng đêm chợt hé/ Đứa trẻ chào đời/ Bầu trời tan loãng/ Những ướt mơ sột soạt chuyển mình/Cây khát vọng đâm chồi trước buổi bình minh..."

(Có gì đó trong bóng đêm)

*

Hồ Nghĩa Phương một người bạn thơ khá thân thiết của anh hiện đang sinh sống ở quê nhà Quảng Ngãi đã có nhận xét khá chính xác về thơ anh: *"Thơ như nguồn động lực giúp Toàn vượt qua bao khó khăn, theo bước chân lãng du khắp mọi miền đất nước. Những cảm xúc ghi lại được thể hiện qua câu chữ, những bài thơ nặng tình nghĩa với quê hương, với vùng đất, con người mà anh đi qua trải nghiệm, nỗi nhớ thương người thân trong gia đình, và một vài bóng dáng "nàng thơ" ở nơi anh đến."*.

Còn nhà phê bình Phạm Văn Hoanh đọc tập thơ Ly Hương từ khi còn là bản thảo thì có nhận định: *"Những bài thơ trong tập thơ chính là những giọt nước mắt mà ông đã khóc trên bước đường thiên di. Bây giờ đây, ông đã thanh thản và quyết định dừng chân nơi đất khách quê người nhưng tấm lòng ông vẫn đau đáu về cố hương qua những bài thơ rung cảm chạm đến trái tim người đọc"*

Xếp tập thơ lại ta thấy cách dùng từ trong thơ anh tuy không thật mới thậm chí ước lệ: buổi đăng trình, quy cố hương, thiên thu, chiến mã, chinh y...có lúc cách thể hiện rất tự nhiên chủ nghĩa: Em bé cười "toe toét" đón mưa rơi, nhưng cũng có lúc cách dùng từ hơi lạ lẩm làm ta thú vị: Đời "trấu tro" còn ẩn hiện trên da, hay Mưa rơi "cóng" nẻo muộn phiền...Và với riêng tôi, tập thơ Ly Hương dánh dấu bước trưởng thành trong thơ anh, đưa người đọc đồng hành trên các nẻo đường thơ ca của người viễn khách, đó cũng thật sự là "Khúc ly ca của nhà thơ miền Núi Ấn Sông Trà" vậy.

LƯƠNG THIỀU VĂN

TUỆ TRUNG

NỖI SỢ

Cơn bão cuối mùa
vừa lướt qua rất nhanh
đám cỏ vàng vẫn chưa đủ ướt
Tôi ngồi canh giữ mặt trời
Nhưng vẫn sợ
ánh sáng đột nhiên
biến mất
vũ trụ sẽ một màu tối đen

Tôi đã muốn trở thành một người câm
để không nói ra
những lời
không nên nói
Những điều mà từ lâu
mãi dồn nén trong tôi
Nhưng vẫn sợ
trái tim này sục sôi
và sẽ bốc hơi
thành mây thành khói

Tôi đã yêu rất nhiều
những tình yêu
có đủ màu son phấn
ám ảnh tôi biết bao đêm
Nhưng vẫn sợ
những phấn son ấy sẽ dần phai
rồi trôi đi
giữa dòng đời vô tận
Tôi đã sống rất vội vàng

để làm thơ
và viết truyện tình
cho những người đang yêu rất vội vàng
cũng đang sống rất vội vàng
Nhưng vẫn sợ
họ và tôi
sẽ không còn thời gian
để yêu và để chết.

Tôi đã thấy chiến tranh,
thấy bao xác người
bị loài chim kên xâu xé
Trái đất này,
bị che lấp, và
phủ đầy bằng nước mắt
vì đã không có được một ngày tử tế
không một ngày yên vui
Nhưng vẫn sợ
sẽ không còn tôi
cùng mọi người đứng nhìn tận thế

Tôi mơ thấy trái đất nổ tung
Những đốm lửa,
pháo hoa
và tro bụi
trong đống hoang tàn giữa hư không
Nhưng vẫn sợ
chẳng còn gì còn sót lại,
dù đã có ước mong
rất đơn giản
là sẽ được nghe
một bài kinh sám hối.

TUỆ TRUNG

SAN PHI
Sóng Tình

Khi sóng tình nổi ba đào
Trần gian mờ mịt chốn nào dấu chân
Lệ cuộn trào giọt ái ân
Hư vô chợt hiện bóng thân diệu kỳ

Áo trăng mời gọi thoát ly
Cửa thiền mở rộng sá gì bão giông
Mộng uyển như thể hư không
Trần ai vướng mắc vẫn mong được về

Cánh sương còn đọng trên hoa
Lụa tung gió cuốn mây là đà bay
Bách thủy vương vấn buộc cài
Sóng tình ôm ấp hương lay giữa dòng

Tay nhẹ rẽ sóng vào trong
Ôm trọn nhụy thắm dù mong manh lần
Huyền minh triết thức hồn hoang
Giọt tình thấm đẫm men vàng ngộ duyên

Mai cách biệt về vô biên
Thiết xin nối kiếp tình nguyên cõi này

SAN PHI
20.06.25.23.20.

SAN PHI
Gió Cuốn

Tại gió cuốn lá lìa cành
Trần gian nghiêng ngả, hữu hình lại không.
Hoa tàn, hương nhạt phai dòng
Đóa trăng khuyết mãi, nửa vòng tròn xoay

Cơ chi vương vấn trần ai
Để đêm cô lẻ, sương phai phôi dần
Cả yêu thương những lặng thầm
Vỡ tan ảo giấc gọi trăm năm hờn

Gió đùa mây, gió lang thang
Cớ sao vẫn trí buộc ràng trầm tư?
Muốn gom mây lại cho dư
Gói luôn gió lại, dựng từ vô biên.

SAN PHI
17,06,25,20,53.

DŨNG NGUYÊN
CÔ TIẾP VIÊN

Năm đó anh ấy lớn hơn tôi trên hai mươi lăm tuổi. Anh cùng với mấy người bạn đến quán bia Cây xanh, nơi tôi đang làm tiếp viên. Thoạt tiên tôi chỉ biết bạn anh thường đến quán vào mỗi chiều trên đường từ nơi làm việc về nhà. Họ là những người đàn ông vui tính , thích đùa và có một chút sổ sàng kín đáo dể thương.

Họ không ngồi vào bàn tôi phụ trách. Vì trong số đó có một người đang theo đuổi cô bạn bàn số 4 . Cô bạn tôi đẹp và rất duyên dáng.

Hơn nữa cô có nụ cười như nữa mắc cở nữa thì mơ màng tạo nên sức cuốn hút lạ kỳ làm mê mệt biết bao người khách qua đây. Lúc nào tôi cũng ngưỡng mộ cô vì cô không hề ghen tị và luôn biết xử sự với tất cả bạn đồng nghiệp. Cô không hề tỏ ra cao ngạo về vẻ đẹp hay cái ưu thế mà cô hiện có trước sự ưu đãi của chủ quán và người quản lý.

Quán chúng tôi rất đông khách, thường bắt đầu từ chiều cho đến khuya. Nó nằm trên con đường có nhiều canh xanh, thưa dân cư, kín đáo. Nhưng rất náo nhiệt bên trong. Có lúc nó cũng hấp tấp rồi trầm sâu và nôn nao như men bia vừa khui nắp. Tất cả chúng tôi xem nơi đây là thế giới riêng chỉ dành cho người tiếp viên tận hưởng hết những gì nó có. Ở đó tất cả chúng tôi tự biết sống một cách vô tư, giữ sự trẻ trung khát khao và cháy bỏng. Biết thể hiện một cách trung thực để tạo nên niềm an lạc, hạnh phúc trong một khoảnh khắc ngắn ngũi cần thiết cho cuộc đời. Khách đến đây, đủ hạng người đều là những người dể thương. Đối với họ bia rượu là thứ yếu, chính là niềm vui và sự đùa cợt với "các em". Nhưng phần lớn họ biết kềm chế trong phạm vị có thể. Sự vui vẻ của họ tạo nên cái không khí quen thuộc, ăn sâu vào thói quen của chúng tôi. Nên dù cho trong sự vui đùa đó có gì quá trớn, chúng tôi cũng lấy cuộc vui như là lý do để cảm thông và tha thứ .

***

Trưa hôm đó, cả thành phố như đang bốc khói vì cái nóng bỏng của nắng tháng ba. Rồi một đám mây đen xuất hiện chớp nhoáng che kín cả mặt trời, vần vũ chuyển mưa một cách bất ngờ đến cả mọi vật cũng sững sờ ngơ ngác! Cơn mưa đổ xuống vội

-3-

vã và chấm dứt cũng quá vội vàng. Nên lượng nước mưa quá ít ỏi không đủ giải tỏa sức nóng nhựa đường bây giờ cái nóng tỏa ra như hơi nước bốc từ nồi súp đang sôi, oi bức gay gắt và khó chịu!

Quán còn thưa khách. Mọi người như chưa hết nói về cái nóng và cơn mưa bất chợt vừa rồi. Cô tiếp viên bàn số 3 ngồi quay mặt vào bên trong quầy tính tiền mở chiếc ví màu đỏ , chiếc ví mà cô rất hãnh diện khoe với mọi người là quà tặng của ông bồ mua từ nước ngoài về. Cô lấy ra thỏi son màu hồng sậm tô lên môi, mặt nghiêng một bên liếc mắt vào tấm kiếng ốp trên tường có vẻ hài lòng về sắc đẹp của mình, cô quay ra nháy mắt trêu cợt mấy cô bạn gần bên. Riêng tôi chẳng vui vẻ gì vì mấy ngày nay bàn của tôi chẳng có khách nào ghé đến. Có thể cái bàn số 11 vô duyên đó, ở tận trong góc sâu trên lối vào nhà vệ sinh nên ít ai chịu ghé. Một lý do khác vì tôi mới vào quán này, đúng hơn là vào nghề này mới hơn một tháng . Tôi quá non nớt, và mới mẽ chưa đủ thời gian để có khách quen. Đành vậy thôi ! cô bạn phụ trách bàn gần bên như đọc được tâm sự của tôi, hai tay cô xoa xoa bờ vai tôi rồi bóp nhè nhẹ cho tôi một cảm giác dể chịu. Miệng cô ta cười tươi như hoa nở buổi sáng, động viên tôi "cố lên, cố lên !" . Tôi choàng tay qua lưng cô , thật mềm mại và ấm áp làm sao!. Tôi cảm nhận được mùi thơm thoang thoảng ngọt ngào và quyến rũ từ cô khiến người tôi lâng lâng rung động lạ thường. Trong lúc tôi đang quên tất cả để tận hưởng cái giây phút êm đềm này, một cảm giác ngọt ngào bay bổng thì có tiếng gọi : " bàn số 11 có khách".

-4-

Tôi quay lại thấy một người đàn ông đứng tuổi, có gương mặt nhân hậu với đôi mắt hơi nghiêm bên sau đôi kính gọng vàng. Ông cùng với hai người trung niên đã ngồi xuống bàn của tôi phụ trách – bàn số 11. Tôi vừa đến chưa kịp chào thì người đàn ông đứng tuổi lên tiếng :

- Có gì ăn không cháu? Rồi ông chìa tay phải như ra hiệu bảo tôi đưa tờ thực đơn.

- Dạ có. Hai tay tôi đưa tờ thực đơn cho ông. Không hiểu sao ngực tôi cứ đánh thình thịch khi nhìn vào mắt ông, nhất là tôi không biết gọi ông như thế nào khi ông đã gọi tôi bằng cháu.

Tôi đem ly và mấy lon bia đặt lên bàn. Tôi rót vào ly ông trước mà sao giọt bia như muốn nhảy vọt ra ngoài! Tay tôi run run còn con tim thì hồi hộp lạ thường ! Tôi không dám nhìn vào mặt ông và cười như thường làm với những người khách khác. Ông đỡ tay tôi và ra hiệu đừng rót thêm làm tôi càng bối rối. Ông đưa ly lên mời hai người bạn trẻ. Rồi ông ngữa bàn tay phải chỉ vào các món ăn mời hai người cầm đủa. Tất cả cử chỉ ấy của ông nó nhẹ nhàng và tế nhị làm sao, thể hiện sự uy nghi và nhún nhường một cách chân tình đúng phép.

Tôi đứng sau lưng ông như một nữ hầu mà lòng tôi thấy ngường ngượng và mất tự tin! Càng lúc ba người nói chuyện với nhau nhiều hơn. Đó là những câu chuyện hài hước rất ý nhị và họ cười thoải mái trong chừng mực. Tôi cũng cười. Không hiểu sao

-5-

tôi nhận thấy trong ánh mắt của ông và giọng nói nhẹ nhàng thân thiện cho tôi một cảm giác an bình kỳ lạ. Điều đặc biệt, từ đầu cho đến cuối ông không hề mời tôi uống bia như những người khách thường làm. Thực tâm tôi cũng thầm vái cho ông đừng mời tôi. Hình như tôi sờ sợ ông một điều gì đó mà tận trong đáy lòng tôi cũng chưa tìm ra lý lẽ. Có thể ly bia ông mời sẽ làm tôi càng bối rối thêm, bộc lộ sự yếu đuối và sự tưởng tượng mơ hồ vô vọng của một cô gái bé nhỏ tầm thường như tôi! Rồi ông ra về. Sau khi thanh toán tiền, trên tay ông cầm tờ giấy 50 ngàn đặt vào lòng bàn tay tôi một cách dịu dàng và dứt khoát . Bây giờ tôi mới nhìn kỹ được bàn tay mềm mại, thon dài như ngọn bút của ông . Ông nói nhỏ nhẹ chỉ vừa đủ tôi nghe :"đây là tiền típ của cháu hãy cầm lấy. Cảm ơn sự chu đáo nhé.". Hai tay tôi run run một cách bất lực không cách nào kiềm chế. Tôi cầm lấy tay ông, đầu tôi cúi xuống thấp đến nổi tóc tôi phủ trên tay ông , tôi phải nghiêng đầu về một bên tránh cho ông sự khó chịu.

Tôi không nói được lời nào để tỏ lòng biết ơn ông . Không phải biết ơn vì tiền típ của ông mà thực lòng cảm ông về sự hiện diện đã cho tôi một cảm xúc ngọt ngào và quý mến đầu đời. Thực ra những gì tôi không thốt được nên lời trong lúc này đây nó còn to lớn và ý nghĩa nhiều hơn cả ngàn lần. Rồi tôi cúi đầu chào ông . Ông đi rồi tôi mới biết là mình chưa hỏi tên ông và cũng chưa gọi ông bằng anh hay chú! Sau lần đầu gặp gỡ này, tôi có cảm giác mơ hồ với một nổi buồn tuyệt vọng vì không biết còn cơ hội nào được gặp lại ông ! Mà sao đôi lúc tôi thấy nhớ ông lạ thường ! Ba ngày rồi một tuần trôi qua , tôi hoàn toàn tuyệt vọng! Tôi không thấy ông trở lại, ngay cả hai người bạn kia . Đây là thời gian bạn bè ai cũng thắc mắc về trạng thái phiền

- 6 -

muộn và trầm mặc bất thường của tôi. Tôi cũng thường tự bảo ban với chính mình rằng, đừng nên tơ tưởng đến người ấy. Vì cuộc gặp gỡ đó có ý nghĩa gì đâu, chỉ là một người khách qua đường mà tuổi tác và địa vị xã hội hoàn tòan khác biệt . Nên quên đi để cho tuổi trẻ vô tư yêu đời hơn. Thực sự tôi đã có gì với người ấy đâu mà sao lòng tôi cứ nôn nao muốn gặp, muốn nhìn và nghe người ấy nói , dù nói với bất cứ ai không phải tôi cũng được. Được như thế tôi cảm thấy như lòng mình thoải mái và mở rộng hơn về cuộc sống vốn dĩ tôi luôn cảm giác như bị giam cầm .

Thế rồi người ấy đã đến đúng vào lúc tôi mất hết niềm tin , bơ vơ và khô héo! Tôi không còn đủ sức lực hay sự hăng hái và khát khao để đón tiếp ông như tôi hằng mong đợi trước đây . Hình như ông đã đọc được những gì mà tôi đã và đang chịu đựng trong suốt thời gian ông không đến. Ông nhìn tôi không phải bằng con mắt thương hại – tôi không chủ quan – vì ánh mắt ấy đã lướt qua người tôi với một tâm hồn chia sẽ chân thành, ngọt ngào và cao cả. Chính nó đang cứu rổi và che chở cuộc đời tôi – tôi cảm nhận như vậy.

Sau đó, mỗi tuần ông cùng bạn đến quán một lần vào ngày thứ bảy và ngồi đúng vào bàn tôi phụ trách. Bạn ông lúc nào cũng đùa cợt, trêu chọc và mời mọc máy em tiếp viên “ nhấp môi một tí” trên cùng chung ly bia. Riêng ông thường thì gặt đầu hay nở nụ cười rất tươi mà hiền, chân tình mà không ẩn ý thay lời mời nài ép các em. Tôi thầm cảm ơn ông , mặc dù tôi chưa được ông đối xử đặc biệt gì, nhưng cách xử sự đó cho tôi nhiều hy vọng để tin rằng, ông làm như vậy là vì tôi. Dù tôi nghĩ rằng, ông chỉ đến

- 7 –

quán vào ngày thứ bảy trong tuần. Nhưng ngày nào tôi cũng ngóng đợi ông, nôn nao và phiền muộn trong trạng thái đợi chờ! Tôi tiếp khách như cái máy, vô cảm mất hết nhiệt tình của một người tiếp viên quán bia. Quản lý quán, một người đàn ông lùn tịt, trán lúc nào cũng bóng láng như bôi mỡ, khó tính , ăn mặc nghiêm chỉnh mà vẫn tháy quê mùa và gọi tôi vào phòng làm việc của ông. Bạn bè tôi ai cũng tò mò còn tôi biết quá rõ ông gọi tôi để làm gì . Thoạt tiên ông nhìn tôi bằng cặp mắt soi mói trông cách ăn mặc của tôi có đúng theo tiêu chuẩn của quán đặt ra. Mắt ông cứ dán vào bờ vai trần của tôi rồi tới cặp đùi trong chiếc váy ngắn ngũn làm tôi ngượng cả người. Tôi tức như muốn điên người và muốn nhổ toẹt vào mặt ông ta. Vì giờ đây tôi không muốn ai sổ sàng với tôi như vậy.

- Tốt! giữ được một cơ thể cân đối, đẹp đẽ như thế là ok – ông ta nói giọng gà mái giống như tiếng tắc kè gáy trong bọng cây, còn cặp mắt một mí cứ đu đưa như thèm khát. Mấy lúc gần đây em không làm tốt phải không ? – ông hỏi. Có vấn đề riêng tư hay là – ông ta nhìn tôi vừa mơn trớn vừa hù dọa – em không muốn làm ở đây chứ gì ? –

Đêm ấy, về đến nhà tôi khóc đến cạn khô nước mắt và nhớ ông ấy như cháy bỏng tim tôi! Tôi thèm gọi tên ông bằng anh nhưng nào biết tên anh là gì! “Thiên thần ” ! Tôi tự nghĩ ra như vậy. Đúng rồi, anh là Thiên thần . Anh ở trên tận cùng đỉnh trời yêu thương, hân hoan và dịu ngọt. Còn tôi như một tín đồ dưới trần thế khát khao, ước mơ, đợi chờ và đau khổ! Nhưng được gặp

- 8 –

anh – xin cám ơn cuộc đời – đã cho tôi hiểu và nếm trải được sự ngọt ngào mà cay đắng , hạnh phúc mà khổ đau của tình yêu từ con tim chịu đựng không biết than van , hờn trách. Hỡi Thiên thần ! Tôi luôn nghĩ về anh ấy và có cảm giác như những ngày không gặp anh sao nó dài vô tận vả đang giết dần mòn sự chờ đợi của tôi!

***

Chiều hôm đó anh và bạn anh đến quán. Bàn tôi phụ trách đầy khách nên anh ghé qua bàn cô bạn gần bên. Chân tôi cứ luýnh quýnh, di chuyển bị va vào thành ghế mấy lần. Mắt tôi cứ len lén nhìn qua bàn bên. Tai tôi như cố căng ra để có thể nghe anh đang nói gì bên đó. Thỉnh thoảng hình như anh có nhìn qua tôi và còn cười nữa chứ. Tôi sung sướng đến lặng người, hai má tôi nóng bừng, ngực thì phập phồng hồi hộp. Tôi muốn đến ngay bên anh để nói cái gì đó, chẳng hạn hỏi anh có khỏe không . Nhưng chân tôi cứ ngập ngừng sợ sệt không cách nào bước nổi. Rồi anh vẩy tay gọi tôi đến. Trời ơi! Tôi có cảm giác hai đầu gối tôi đang run rẩy như không còn khả năng nâng nổi cái thân hình nhỏ bé của tôi, còn tim tôi thì đập loạn lên đến nổi tôi phải lấy hai tay ép chặt vào lồng ngực để khỏi vở tung. Tôi chạy vào nhà vệ sinh thở hổn hển trong cảm giác ngỡ ngàng mà hạnh phúc biết bao. Chờ cho đến khi lấy lại bình tỉnh tôi mới dám bước ra. Hình như anh nghe bước chân tôi đến gần – chắc như thế - anh ngoái đầu quay lại, một tay choàng qua thành ghế của ông bạn ngồi bên, anh cười. Vẫn nụ cười

- 9 –

nhân hậu dịu dàng và trong sáng ấy gật đầu chào tôi. Tôi cũng cúi đầu chào lại. Tôi khép nép như một nữ hầu đứng chờ lệnh sau lưng ông chủ.

- Cháu khỏe chứ ? – anh hỏi.

- Dạ, khỏe ! giọng tôi hơi run, tôi muốn bật khóc và nói thật nhiều cho anh hiểu rằng tôi đâu có khỏe vì từng giờ, từng phút tôi luôn đau khổ vì nhớ mong anh. Làm sao tôi nói được chứ, làm sao một tín đồ dám nói với Thiên thần như vậy chứ ! Tôi cúi mặt thật thấp để che dòng nước mắt đang rươm rướm trên gương mặt hạnh phúc khô gầy của tôi.

Rồi anh cầm tay tôi nhẹ nhàng như gió thoảng ! Lần đầu tiên tôi cảm nhận được hơi ấm từ anh len dần vào cơ thể cho tôi một cảm giác nôn nao, rạo rực, khao khát mà mơ hồ ! Rồi anh buông tay ra , ngập ngừng e ngại nhìn tôi với ánh mắt u buồn như muốn nói rồi lại thôi ! Nhưng làm sao dấu được tình anh sau đôi mắt ấy ? Tôi hiểu anh và yêu anh hơn bao giờ hết !

- Xin lỗi cháu nhé, ngày mai chú sẽ đến . Không biết tôi có nghe lầm không ? –tôi hỏi lại :

- Sao ạ ? Tôi lại sợ anh trả lời khác đi nên vội vã nói ngay " dạ cảm ơn…ngày mai ! "

Ôi tôi vô cùng hạnh phúc vì đây là lần đầu tiên được anh hứa hẹn và bây giờ tôi có quyền mơ và có quyền trách nhẹ : " sao cho tới bây giờ còn gọi em bằng cháu để ngại ngùng em không biết cách xưng hô!"

- 10 –

Anh đứng dậy nhìn tôi với nụ cười thân thiết, cho tôi một niềm tin yêu trọn vẹn. Anh ra về, còn tôi ôm trọn giấc mơ chờ anh trở lại . Ngày đó tôi sẽ nói rõ cho anh hiểu rằng tôi rất yêu anh, yêu ngay từ ngày tôi mới gặp anh. Tôi sẽ không đòi hỏi ở anh bất cứ điều gì dù nhỏ hay lớn. Vì khi yêu bằng trái tim trinh nguyên trong sáng thì làm gì còn đòi hỏi ở nhau thế này hay thế khác. Tôi chỉ cần anh lắng nghe những gì tôi thổ lộ ra được là đủ rồi. Vì đó là hạnh phúc của tình yêu mà tôi có quyền nhận được từ anh.

Sáng hôm sau tôi dậy thật sớm, người tôi cứ lâng lâng hồi hộp như học sinh chờ giờ nhận thưởng. Tôi đến quán sớm. Tôi quyết định sẽ không tiếp bất cứ người khách nào ngồi vào bàn của tôi trong tối hôm đó. Vì tôi đã dành cho anh ấy rồi. Tôi nôn nao chờ đợi đến hai giờ đồng hồ mà vẫn không thấy anh đến. Tôi bắt đầu hoang mang lo sợ, mắt môi tôi lạnh ngắt như kẻ mất hồn ! Tôi không tin anh cố tình thất hẹn. Tôi chạy ra chạy vào lòng nôn nóng chờ đợi cho đến khuya vẫn không có tin tức gì về anh ấy cả ! Quản lý quán lại xuất hiện với cặp mắt đáng ghét. Ông ta cắp tay sau lưng nhìn bàn để trống của tôi rồi lại nhìn tôi lắc đầu ,mặt căm căm ra vẽ quan trọng rồi bỏ vào trong . Bạn bè ai cũng nhìn tôi lo ngại. Riêng tôi thì chẳng bận tâm về cái giá mà tôi phải trả . Cái tôi đang lo là không biết anh ấy bây giờ ra sao ! Tôi hoàn toàn bế tắc trong lo âu và sợ sệt vì không biết chuyện gì đang xảy ra cho anh! Tôi cảm thấy cô đơn hơn bao giờ hết ! Tôi khóc suốt đêm và nhớ anh ấy vô cùng !

Chiều hôm sau tôi đến quán với tâm trạng chán chường, ủ rũ như mèo mắc mưa. Tôi hoang mang và hoàn toàn tuyệt vọng ! Vì không biết rồi đây tôi có còn gặp lại anh ấy nữa không . Thực sự tôi lo cho tôi không bằng tôi lo cho anh ấy. Cô bạn bàn bên nhìn tôi với ánh mắt lo âu. Cô làm sao hiểu được những gì đang diễn ra trong lòng tôi. Cô kéo tôi ngồi xuống ghế và khẻ hỏi : "

Cái gì đang diễn ra cho bạn vậy, nói cho mình nghe đi ?" Tôi không kềm chế được xúc động, tôi úp mặt vào lòng hai bàn tay khóc một cách ngọt ngào . Bổng bạn tôi lay nhẹ vai tôi nói "có khách vào bàn bạn kìa ". Tôi nhìn lên thấy bạn anh đến. Tôi mừng quá ôm lấy ông ấy và hỏi tới tấp " anh ấy đâu rồi ? Anh ấy đâu ?" Với giọng buồn buồn ông nói : " Anh ấy không đến nhưng chỉ gửi cái này cho em". Đó là một bức thư trong bao thư màu trắng không có tên người gửi cả người nhận. Nhưng tôi tin chắc là thư của tôi nó đến từ anh ấy.

Thư viết : " Anh rất khó khăn mới quyết định sai hẹn và làm em phải chờ đợi ! Anh biết em đang trách và buồn anh nhiều lắm ! Xin em hãy vui lên để nghe anh nói lời từ tận đáy lòng mình là anh

thương em vô cùng và cảm ơn em đã dành cho anh một tình yêu tinh khiết mà từ đây anh sẽ giữ nó mãi trong lòng như một kỹ vật cho đến hết cuộc đời còn lại.

Anh không đến gặp em như đã hứa. Vì anh rất thương em và thù ghét sự đùa cợt dai dẳng và tàn nhẫn của số phận mà anh lượng sức mình không thể nào chống lại được. Hãy tha thứ cho anh ! Anh sẽ không đến gặp em , momg rằng em hãy trở về với cuộc đời của chính em là phải có một gia đình cho riêng mình. -

12 –

Anh mong như thế . Để anh được yên tâm tin rằng chúng ta vẫn còn nhau trong tình yêu thuần khiết đầu đời của em. Hãy nghe anh đi em ! Anh rất thương em ! " .

Tôi đã khóc đến cạn nước mắt vì bức thư và giữ nó trong người như bùa hộ mệnh ! Tôi quyết định nghĩ việc và về quê với tâm trạng bất ổn và buồn phiền ! Lòng tôi lúc nào cũng nghĩ tới anh ấy và bức thư cứ chập chờn trong trí nhớ không thể nào quên !

Hôm đó tôi đến bến xe , cái bến xe ồn ào và dơ bẩn đến nổi tôi muốn buồn nôn. Tôi cảm thấy mình lẽ loi, cô độc và chán chường biết bao ! Tôi quyết định quay trở lại thì bất thình lình một người đàn ông nắm lấy tay tôi. Tôi giật nãy người la lên : "

anh là ai ?" Em đừng la lớn mà hãy bình tĩnh – ông ta nói rồi dúi vào tay tôi một cái xách tay và một tấm vé xe. " Em hãy cầm cái này đi và nghe tôi nói : ông ấy bảo em phải mạnh mẽ bỏ thành phố này về với cha mẹ , nếu em còn nghĩ tới ông ấy ". Rồi ông ta bỏ đi để lại tôi sự ngỡ ngàng ! Đứng như trời trồng , tôi quỵ xuống ôm chặt lấy chiếc xách tay như ôm chính anh ấy vào lòng ! Tôi khóc cho đến khi lên xe.

***

Một năm sau tôi lấy chồng và luôn sống hết mình cho gia đình. Chồng tôi là một người đàn ông hiền lành, tốt bụng nên chúng tôi sống rất hạnh phúc. Dường như mọi sự đã an bày.

-13-

Nhưng trong góc kín của tâm hồn, lúc nào tôi cũng nhớ anh ấy, một nổi nhớ vừa xa vời gần gũi ! Chúng tôi sinh được một cháu trai. Ai cũng nói cháu rất giống chồng tôi, nhưng trong mắt tôi nó lại giống anh ấy như đúc, đẹp và thông minh như một thiên thần cho chỉ riêng tôi ./

DŨNG NGUYÊN

Danh ngôn

Danh ngôn về gia đình hay nhất

Gia đình là cái nôi nuôi dưỡng ta nên người, là cội nguồn của sự yêu thương, là nơi ấm áp nhất thế gian này. Dù có đi đâu, có làm gì, nhà vẫn luôn là nơi để về. Tình cảm thiêng liêng ấy đã được thể hiện rõ qua những câu danh ngôn hay về gia đình sau.

Có một nơi để về, đó là nhà. Có những người để yêu thương, đó là gia đình. Có được cả hai, đó là hạnh phúc! (Khuyết danh)

Cha con cùng lòng thì đất cũng hóa ra vàng, anh em cùng sức thì đá cũng thành ra ngọc. (Cổ Ngạn)

Khi bạn nhìn lại cuộc đời mình, những niềm hạnh phúc nhất chính là những niềm hạnh phúc gia đình. **(Joyce Brothers)**

Gia đình là một kiệt tác của tạo hóa. **(George Santayana)**

Nước lấy nhà làm gốc. **(Mạnh Tử)**

HỨA HIẾU
Biện Bạch
1.

Tôi không thích bóng tối
một trang thơ bị đốt cháy đen thui chữ nghĩa
không độc giả nào có thể đọc được ngôn ngữ của thi sĩ
sau lưng bóng tối

Tôi cũng không thích ánh sáng
một đóm điếu đang ám vàng ngón tay
một vết thương vẫn còn mưng mủ lửa khói

Từ đấy, tôi sống giữa bóng tối
và ánh sáng
nơi mà họ gọi là chạng vạng
Nơi có thể là đêm đang nói lời tạm biệt, và ngày đang đến
nhưng cũng có thể ngược lại
đang bắt đầu một bóng đêm bất trắc

2.
Tôi không thích sắc màu
một họa phẩm lung linh sống động
không một sinh vật nào có thể cưỡng lại sức lôi cuốn của
nó, và
bỗng dưng nó chết, khi chưa nắm hết cơ hội
tìm hiểu
về con người về máu về thịt da

Tôi cũng không thích không màu
một tờ giấy trắng bệch, không một con chữ hay dấu hiệu
sáng tạo
một thân thể hết máu, chẳng còn một phản ứng sinh tồn

Từ đấy, tôi sống giữa cái sống không màu sắc
dưới cái mà gọi là thiên đàng
và trên cái mà gọi là địa ngục
Tôi vất vưởng giữa loài người và ma quỷ
lòn, lách giữa chánh và tà
Không là một hiền triết không là một thiền giả không là một tiên tri
cũng không là một đồng bóng không là một thầy pháp
cũng không là nhà ngoại cảm
không là một kẻ nhận định tình hình không là một chuyên gia cơ hội
không là một lãnh đạo cũng không là một tay tiếp tục dùng đầu đất mình rơm nhát ma chim chóc
không là trái mìn không là một hầm chông
không là búa liềm cũng không là mã tấu
Chỉ là cái bóng
đi theo cái hình
3.
Tôi cũng không thích bóng với hình
chúng đi đâu cũng có nhau
chỉ riêng tôi là cô độc

Cái cô độc của ký ức
một nghi vấn của mức đến, nếu có
ở một nơi mà họ có thể không biết chưa biết
ở một chốn mà không có biên giới
giữa bóng tối và ánh sáng
giữa sắc màu và trắng đen
giữa muôn vật đang vật vờ
giữa ý thức và vô thức
về cái mà gọi là
sinh hoạt của tứ khoái.

HỨA HIẾU

NGÃ PHƯƠNG HUYỀN
Những tố chất gây sóng cho một bài thơ và sự vang dội cho một truyện ngắn ....

Để một bài thơ có thể "gây sóng" và một truyện ngắn có thể "vang dội", cả hai cần phải hội tụ những tố chất đặc biệt. Dưới đây là một số yếu tố quan trọng cho từng thể loại:

1. Tố Chất Gây Sóng Cho Một Bài Thơ

Cảm Xúc Mạnh Mẽ: Một bài thơ gây sóng là bài thơ chứa đựng cảm xúc mạnh mẽ và chân thật. Cảm xúc này có thể là niềm vui, nỗi buồn, sự đau khổ, hay tình yêu mãnh liệt, nhưng đều phải được diễn đạt một cách sâu sắc, chạm đến trái tim người đọc.

Hình Ảnh Sống Động: Sử dụng hình ảnh độc đáo và sáng tạo giúp tạo nên ấn tượng mạnh mẽ. Những hình ảnh này không chỉ minh họa mà còn phải mang tính biểu tượng, mở ra những tầng nghĩa mới mẻ và sâu sắc.

Ngôn Ngữ Tinh Tế và Sáng Tạo: Ngôn từ trong thơ cần được chọn lựa kỹ lưỡng, sao cho mỗi từ đều góp phần tạo nên nhịp điệu, âm hưởng, và cảm xúc. Sự sáng tạo trong ngôn ngữ, bao gồm cả việc sử dụng các biện pháp tu từ như ẩn dụ, so sánh, điệp ngữ, có thể làm cho bài thơ trở nên đặc biệt và khó quên.

Tính Tương Phản và Bất Ngờ:

Sự tương phản trong hình ảnh, ý nghĩa hoặc cảm xúc có thể tạo ra kịch tính và sự hấp dẫn. Những yếu tố bất ngờ trong cách diễn đạt hoặc trong thông điệp cũng giúp bài thơ trở nên đáng nhớ.

Chủ Đề Sâu Sắc và Phổ Quát: Một bài thơ gây sóng thường mang một chủ đề sâu sắc, có sức mạnh phổ quát, dễ liên kết với những trải nghiệm cá nhân hoặc cộng đồng của người đọc.

2. Tố Chất Vang Dội Cho Một Truyện Ngắn

Cốt Truyện Hấp Dẫn và Độc Đáo:

Truyện ngắn cần có một cốt truyện hấp dẫn, thu hút ngay từ những câu đầu tiên. Một cốt truyện độc đáo, tránh đi vào lối mòn, có thể tạo ra sự bất ngờ và cuốn hút độc giả.

Nhân Vật Sâu Sắc và Phức Tạp: Nhân vật trong truyện ngắn cần được khắc họa rõ nét, với tính cách, tâm lý, và động cơ phức tạp. Sự phát triển của nhân vật, hoặc cách mà nhân vật phản ứng trước các tình huống, sẽ tạo ra sức mạnh cho câu chuyện.

Tình Tiết Gây Cấn và Cao Trào:

Tình tiết trong truyện ngắn phải được xây dựng một cách chặt chẽ và hợp lý, với những điểm nhấn mạnh ở cao trào. Cao trào là nơi mà xung đột được đẩy lên đến đỉnh điểm, khiến người đọc không thể rời mắt.

Chủ Đề Sâu Sắc và Nhân Văn:

Truyện ngắn thành công thường mang trong mình những thông điệp sâu sắc, có giá trị nhân văn. Những truyện ngắn vang dội thường khơi gợi những suy tư, cảm xúc hoặc câu hỏi lớn về cuộc sống, con người, và xã hội.

Kết Thúc Ấn Tượng và Bất Ngờ:

Kết thúc của truyện ngắn cần để lại ấn tượng mạnh mẽ, có thể là một cú twist bất ngờ, hoặc một sự giải tỏa cảm xúc, khiến độc giả phải suy nghĩ lâu sau khi đọc xong.

Một bài thơ gây sóng và một truyện ngắn vang dội đều cần sự kết hợp tinh tế giữa cảm xúc, sáng tạo, và kỹ thuật. Cả hai thể loại này đều phải chạm đến lòng người, tạo ra những dư âm sâu lắng và mạnh mẽ, làm cho người đọc không chỉ bị cuốn hút mà còn bị ám ảnh, suy tư, và thậm chí thay đổi góc nhìn về cuộc sống.

NGÃ PHƯƠNG HUYỀN

(Nghiên cứu và sưu tầm)

NGÃ PHƯƠNG HUYỀN

NGHỆ THUẬT ĐẶC BIỆT ĐỂ PHỔ THƠ THÀNH NHẠC THẬT HAY

Phổ thơ thành nhạc là một nghệ thuật đặc biệt, đòi hỏi sự kết hợp tinh tế giữa thi ca và âm nhạc. Để phổ thơ thành nhạc một cách thành công và hay, cần chú ý đến một số yếu tố quan trọng sau đây:

1. Chọn Bài Thơ Phù Hợp

Không phải bài thơ nào cũng có thể phổ thành nhạc một cách hiệu quả. Những bài thơ có nhịp điệu tự nhiên, giai điệu dễ nhớ và cấu trúc hợp lý thường dễ dàng hơn để chuyển thành nhạc. Những bài thơ có cảm xúc mạnh mẽ và hình ảnh sinh động cũng thường dễ dàng kết nối với âm nhạc.

2. Hiểu Ý Nghĩa và Cảm Xúc Của Bài Thơ

Hiểu rõ ý nghĩa và cảm xúc của bài thơ là bước đầu tiên quan trọng. Người phổ thơ cần cảm nhận sâu sắc và đồng điệu với tâm trạng của tác giả, từ đó truyền tải được cảm xúc đó qua âm nhạc. Việc này giúp bài hát giữ được tinh thần của bài thơ gốc và kết nối với người nghe.

3. Tạo Giai Điệu Phù Hợp

Giai điệu là yếu tố quan trọng nhất trong việc phổ thơ thành nhạc. Giai điệu cần phải phù hợp với nhịp điệu và cảm xúc của bài thơ. Người phổ thơ có thể thử nghiệm với các giai điệu khác nhau để tìm ra một giai điệu mà họ cảm thấy phù hợp nhất. Giai điệu cần phải dễ nhớ và có khả năng gây ấn tượng mạnh mẽ.

4. Phát Triển Hoà Âm và Phối Khí

Hoà âm và phối khí là những yếu tố giúp bài hát trở nên phong phú và sâu sắc hơn. Người phổ thơ cần cân nhắc sử dụng các nhạc cụ và cách phối khí sao cho phù hợp với cảm xúc và thông điệp của bài thơ. Các yếu tố như nhịp điệu, tempo, và hòa âm cần được chọn lựa cẩn thận để tăng cường tác động của bài thơ.

5. Tôn Trọng Văn Bản Gốc

Khi phổ thơ thành nhạc, cần tôn trọng văn bản gốc và không nên thay đổi quá nhiều. Tuy nhiên, trong một số trường hợp, có thể cần phải điều chỉnh một chút để phù hợp với cấu trúc của một bài hát. Những thay đổi này cần được thực hiện cẩn thận để không làm mất đi ý nghĩa và tinh thần của bài thơ gốc.

6. Sự Hợp Tác Giữa Nhà Thơ và Nhạc Sĩ

Nếu có thể, sự hợp tác giữa nhà thơ và nhạc sĩ là một lợi thế lớn. Nhà thơ có thể cung cấp cái nhìn sâu sắc và giải thích về bài thơ, giúp nhạc sĩ hiểu rõ hơn về ý định và cảm xúc đằng sau từng câu chữ. Sự hợp tác này thường dẫn đến một sản phẩm cuối cùng có chất lượng cao hơn.

Ví Dụ Thành Công

"Lặng Lẽ Nơi Này" của Phú Quang: Phú Quang đã phổ thành công nhiều bài thơ thành nhạc, mang đến những ca khúc đi vào lòng người như "Em ơi, Hà Nội phố".

"Biển Nhớ" của Trịnh Công Sơn: Đây là một ví dụ tiêu biểu về sự thành công trong việc phổ thơ thành nhạc, tạo ra những tác phẩm có giá trị nghệ thuật và cảm xúc sâu sắc.

NGÃ PHƯƠNG HUYỀN

Tài Liệu Tham Khảo

Stanford Encyclopedia of Philosophy: Aesthetics of Music
All Music Guide to Classical Music
The Art of Songwriting

Việc phổ thơ thành nhạc không chỉ đòi hỏi kỹ năng và kiến thức âm nhạc mà còn cần có sự cảm nhận tinh tế và tình yêu dành cho cả thi ca và âm nhạc.

VIÊN DUNG
CHIẾC KHĂN EM ĐỘI CỦA MÀU THU

Hương sắc tình reo kỳ thú
khăn em đội tiệp màu thu
gieo nhớ nghìn thu, nhấp nhứ sương mù

1)-
thuở duyên ta
tình
chẳng hợp
xa, chứ
bóng tình
thoi thóp
đáp tình đâu
hồi tan lớp
qua cầu

chim chuyển cành
lắc lư
đậu
thuyền em
đậu bạc
nơi đâu
riêng lòng
thấp thoáng
khăn mầu vàng thu

giả nàng dâu
khăn đội thử
hai đứa cười
em nhớ chứ
giơ cao khăn
chiều vẫy
thứ màu thu

dang dở
tình gây kỳ thú
hương tóc
màu khăn
ấp ủ
vàng, từng thu
bay
nhấp nhử
màu khăn

2)-
mưa len liếp cửa
đồng không
thầm thì
mái lá
chuyện lòng
tàn thu đậu nhớ
phụ lòng cánh mơ

duyên yêu bén lỡ
hững hờ
em giả cô dâu
cắc cớ
cả hai cười
hớ
khăn mơ bay rồi

nhành mưa tạt
ướt bồi hồi
xót tình rong ruổi
lệ khơi
nhịp mưa buồn
thả duyên trời
nước xuôi

màu thu, khăn
tiếc ngậm ngùi
lãng du
kén chọn niềm vui
muộn lòng
khuất thuở ngân cười
rặng thu

VIÊN DUNG

HUỲNH LIỄU NGẠN

DÂU BỂ

Thương một đời dâu bể
mẹ vẫn mòn mắt trông
quê nhà giờ xa lắm
còn suốt đời lao lung.

TRỜI XANH

mười năm qua ngõ vắng
lạnh một màu thiên thanh
tóc em cài hoa trắng
ướt rụng cả trời xanh

GIỌT MƯA

khuya ngang nhà lối xóm
hiu hắt giọt mưa ngâu
em bên phương trời loạn
ngồi chong ngọn đèn thâu

MUÔN TRÙNG

vẫn một đời lữ thứ
gánh mộng đổ đầy sông
đò ngang và bến dọc
chỉ muôn trùng hư không.

ĐI MÔ

đi mô mà lâu rứa
có làm được cái chi
răng không về thăm mạ
tau già rồi nghe mi.

HUỲNH LIỄU NGẠN

MINH NGUYỄN

NGHỆ SĨ LANG THANG.

Tưởng nhớ nt Vũ Hữu Định

Không ít người xem tiền bạc chẳng là cái đinh gì, trong số đó có gã, nhưng nói là nói vậy thôi, nếu qua buổi trưa nay vợ gã không mang về một ít tiền thì, liệu chỉ với năm mươi đồng được vét cạn từ trong các ngăn tủ, chưa biết chuyến đi vào phương Nam của gã sẽ thế nào?

Buồn. Gã hướng mắt nhìn ra khoảng sân nắng, nơi những hoa mướp bắt đầu vàng úa trên giàn dây leo, bất giác nghĩ cuộc đời gã bao năm qua chưa làm được việc gì ra hồn, nếu phải trốn mãi trong nhà để rồi ngày nào đó sẽ tàn lụi như những bông hoa kia. Đi. Gã quyết định ra đi, cho dù trong túi có tiền hay không, bởi bạn bè từ trong Sài gòn báo tin ra, đã tìm cho gã việc làm tại hội quán văn nghệ nào trong đó. Hy vọng, chuyến đi này sẽ là cơ hội giúp tuổi ngựa như gã, thoát khỏi cảnh tù giam lõng giữa bốn bức tường vôi trắng từ bấy lâu nay.

Ngoài sân, bóng nắng đang lùi nhanh qua giàn dây leo bò ra tận đầu ngõ, trong khi bóng dáng vợ gã vẫn bặt tăm tự nơi nào. Đi. Gã không thể chờ đợi lâu hơn được nữa. Gã quơ vội cây đàn vác lên vai, lững thửng bước đi bên nỗi buồn như mắt ai vương lệ. Đi. Gã lặng lẽ hướng về phía ngọn đèo cao vượt tầm mắt. Nghe kể ở đó mỗi đêm về luôn có từng đoàn xe chở hàng buộc phải đậu lại, chờ nửa khuya lính canh mở cổng cho xe di chuyển lên đèo. Sự thể ra sao gã không quan tâm, bởi trong đầu gã đang phải căng ra, tìm cách thuyết phục cánh lái xe đồng ý cho gã quá giang vào Sài gòn nội trong đêm nay. Chậm trể e công việc sẽ bị trễ tràng, không biết người ta có chịu nhận gã nữa không . Gay thật. Gã bước đi trong nỗi lo lắng nhưng mắt vẫn không rời khỏi con đường dẫn lên chân đèo. Bất ngờ, trước mắt gã hiện ra cảnh hoàng hôn ráng vàng cả một góc trời, khiến con đường trước mắt gã mỗi lúc một trở nên quyến rũ hơn bên mỗi bước đi. Đẹp.

Gã cứ ngây người ra đứng nhìn hiện tượng kỳ vĩ xảy ra nơi thiên nhiên, để rồi không thể kềm chế được lòng mình, gã ngạc nhiên kêu lên "Thật tuyệt vời". Tội nghiệp, vậy mà bấy lâu nay vì phải lẩn tránh để không bị bắt đi "quân dịch" (*), gã ít khi có dịp ló mặt ra đường để chứng kiến bao sự đổi thay ngoài xã hội. Ôi! Nghĩ mà thương cho thế hệ tuổi trẻ như gã, lỡ sinh ra vào thời buổi chiến tranh, một là chấp nhận bị đẩy ra chiến trường sống nay chết mai, hai là lẩn trốn trong nhà như môt tên tù giam lõng.

Mệt. Gã cảm thấy chân tay cứng đờ, trong khi từ chỗ đứng nhìn tới điểm tập trung của cánh lái xe không còn bao xa; biết vậy, nhưng chẳng còn cách nào khác hơn là cứ ngồi xuống nghỉ chân trên mô đất ven đường, lát hết mệt đi tới đó sau cũng không muộn. Vô tình, lúc nhìn ra khoảng không gian trước mặt, gã bắt gặp ngay dưới chân gã một quần thể ánh sáng chói lòa, hắt lên từ thành phố sáng đèn đến tận chỗ gã ngồi, thứ màu sắc huyền ảo đến bất ngờ. Và, cũng chính từ nơi chốn huyễn hoặc ấy, gã mơ hồ nhận ra từng góc phố buồn thiu, từng con đường phủ đầy cát trắng sớm mai, những tiếng kinh cầu hòa bên tiếng sóng vỗ rì rào ở mỗi đêm về, râm ran như có bàn tay ai lướt nhẹ trên phím dương cầm khúc Moonlight Sonata (**). Bất chợt, từ trong gió thoảng đến bên mũi gã mùi hương ngai ngái mang vị mặn của muối, vô tình đánh thức gã quay về thực tại với ngôi nhà, một đầu tận cùng trong con hẻm một đầu còn lại nối vào đường chính dẫn xuống biển. Ở đó, vào giờ này dưới ánh đèn vàng hắt ra từ chiếc bóng hình quả trứng, có lẽ vợ con gã đang quây quần bên mâm cơm chờ đợi gã, càng làm cho gã nhớ tới thêm đau nhói nơi lòng. Vợ. Mỗi lần nhắc tới người phụ nữ chân yếu tay mềm, bụng mang dạ chửa, ngày ngày vất vả buôn bán ngoài chợ thay chồng kiếm từng đồng nuôi sống gia đình, khiến gã áy náy vì cảm thấy vô cùng có lỗi với vợ con. Có điều, đứng trước cuộc chiến tranh chưa biết đến khi nào kết thúc, kỳ lạ thay những người mẹ người vợ Việt Nam đều tỏ ra thông cảm, sẵn sàng hy sinh bản thân mình để đổi lấy sự bình an cho từng người thân của mình, mà không hề cất tiếng than vãn hay trách móc lấy một lời. Cho nên, trong những lần đi giang hồ ở tận những nơi xa ngái, đêm về rượu uống không đủ say, nhớ vợ con không sao ngủ được, gã ngồi bật dậy tự trách mình qua những bài thơ đăng báo: "Bảy năm tình chồng vợ/ Bảy năm em hẩm hiu/ Lần nào em sinh nở/ Ta cũng phải vắng nhà/ Đứa đầu lòng tù tội/ Đứa thứ hai đi xa" hay: "Lần nào em sinh nở/ Ta cũng phải vắng nhà/ Tháng này em sinh nở/ Ta lại trên đường xa; Cám ơn người vợ khổ/ Chiều nay ta khóc thầm/ Uống những giọt rượu đắng/ Ngày xa quê long đong".(Cảm ơn người vợ - VHĐ)

Khuya. Gã nhìn lên bầu trời đếm những vì sao lẻ loi, mơ được chắp đôi cánh bay lượn, vẫy vùng giữa bầu trời tự do; cho dù, đó chỉ là thứ tự do hão huyền đi nữa, cũng đủ giúp tuổi trẻ vốn bị bào mòn bởi cuộc chiến tranh dai dẳng, có lý do để mà hy vọng: " Tuổi trẻ chúng tôi tìm gặp nhau/ Đặt lại những câu hỏi/ Về cuộc chiến tranh này/ Về mọi giá trị trên đời/ Nguồn gốc những nguyên nhân/ Của chém giết và thù hằn/ Bất công và đói rét/ Cần phải làm gì/ Để có lý do mà hy vọng" (Hồ sơ mùa hạ- Lưu Quang Vũ).

Thấy đã bớt đi phần nào sự mỏi mệt, gã vác đàn đứng lên tiếp tục di chuyển về phía có những đốm lửa đang cháy bùng trong đêm. Mỗi bước đi đến gần chỗ tập kết của cánh lái xe, mũi gã hít hà trong gió hương thơm quyến rũ qua từng hạt gạo đang sôi trên bếp, gã chợt nhớ những câu thơ của bạn bè: "Giang hồ ta chỉ giang hồ vặt/ Nghe tiếng cơm sôi cũng nhớ nhà". (***)

Bước sang đường, gã đi giữa những chiếc xe tải nối đuôi nhau, đậu thành hàng dài trên đường. Ra, đây là điểm tập trung xe dưới chân đèo, nơi gã từng nghe nói nhưng chưa lần đặt chân đến. Nhìn quanh, gã bắt gặp cảnh mấy tay lái xe kẻ mắc võng nằm nghỉ ngơi dưới gầm xe, người nấu ăn bên bếp dã chiến đỏ lửa.

Lấy hết can đảm ra, gã bước đến đứng trước mặt người đàn ông tuổi lục tuần, đang bận tay trên bếp lửa nấu buổi cơm tối.

- Em chào anh.

Người đầu bếp thân thiện nhìn gã hỏi:

- Có chi không hở người bạn trẻ?

Cảm nhận trong giọng nói người đàn ông có vẻ nửa thân thiện nửa gần gũi, gã yên tâm bày tỏ:

- Khuya nay xin các anh cho em quá giang về Sài gòn?

- Không ra quốc lộ đón xe khách đi cho nhanh?

Gã cúi đầu đáp lí nhí:

- Không giấu anh, trưa nay em gom hết tiền trong nhà, nhưng cũng chỉ còn đúng năm mươi đồng (****)

Người đàn ông dừng tay, ngạc nhiên nhìn gã từ đầu xuống đến chân, sau đó kêu lên:

- Trời đất! Cậu nói thật hay muốn đùa với tôi. Ai đời có mỗi năm mươi đồng mà dám đi vào chốn ăn chơi, tiêu tiền như rác đó, dừng lại một chút người đàn ông tiếp, nhìn cậu tôi đồ rằng: "một là cậu trốn nợ, hai là cậu trốn nhà đi giang hồ?".

Nghe phán như vậy, gã cảm thấy buồn tủi nơi lòng, bởi từ nào tới giờ dù phải sống trong cảnh nghèo khó, nhưng với lòng tự trọng đã không cho phép gã vay mượn tiền bạc ai bao giờ, nói chi đến chuyện quỵt nợ người khác. Riêng việc đi giang hồ vặt năm ba ngày cho đến vài tháng, mới đầu vợ con gã tuy có phản ứng này nọ, sau hiểu ra tính cách của giới nghệ sĩ vốn lang bạt kỳ hồ, nên đã coi việc giao du giữa bọn họ với nhau là chuyện bình thường.

Đợi cho sự phiền muộn qua đi, gã mang tâm sự ra bộc bạch cho người đàn ông nghe, vì không muốn người khác hiểu sai về con người gã:

- Số là bạn bè trong Sài gòn đã giúp em tìm được việc làm ở trong đó, chứ không giống như anh nghĩ đâu.

Chưa vội tin nơi gã người đàn ông hỏi:

- Ở ngoài đây thiếu chi việc làm, vào tận trong đó e chỉ thêm tốn kém, nhất là phải xa gia đình nữa?

Gã miễn cưỡng đáp:

- Dạ! Nơi đây đất hẹp người đông, công việc phù hợp với em lại không nhiều, muốn sống được phải tranh giành đấu đá nhau dữ lắm.

Bất ngờ người đàn ông quay qua hỏi về nghề nghiệp:

- Nghề cậu là gì nghe có vẻ quan trọng vậy?

Do dự một lát gã đáp:

- Em vừa sáng tác vừa ôm đàn đứng hát trên sân khấu.

- Cậu là nghệ sĩ?

- Lần này em vào trong Sài gòn là do được mời hát tại hội

quán T.

- Mừng cho cậu! Cái hội quán T đó anh cũng hay ghé.

- Anh biết T?

Với một người được sinh ra tại Sài gòn, lớn lên, đi học, ăn chơi, đi lính, bị thương rồi giải ngũ như gã . . . thì bất kỳ ngõ ngách nào ở đó mà gã lại không biết, kể cả cái hội quán T nằm trong một ngõ cụt trên đường Đinh Tiên Hoàng. Đó là một trong những điểm ca nhạc được giới trí thức lẫn sinh viên thường lui tới thưởng thức các nhạc phẩm tiền chiến, hoặc xem chính các tác giả trình bày ca khúc do họ viết thay tuổi trẻ về thân phận, sự hy sinh, mất mát, tù đày, trước cuộc chiến tranh diễn ra hằng ngày trên chính quê hương họ. Hơn thế, mỗi lần được nghỉ phép về lại Sài gòn, gã thường ghé đến T gặp gỡ bạn bè hát tại đó, nên có nhiều kỷ niệm. Đáng nhớ nhất là vào một đêm tối trời không mưa, sau khi chở bạn ghé vào T trình diễn ra, trên đường di chuyển tới địa điểm ca nhạc khác trình diễn tiếp, bạn ngồi phía sau cười khúc khích kể về sự cố xảy ra lúc nãy cho gã nghe. Số là chiếc cà vạt treo trong tủ chung của nghệ sĩ, vô tình bị đám chuột ranh mãnh cắn nát hết hai phần ba, chỉ chừa lại một chút ở phần đeo cổ. Bí quá, không biết hỏi mượn ai, vì đã tới giờ phải bước ra sân khấu, bạn đã nhanh trí nhét vội phần bị chuột cắn vào trong áo sơ mi rồi, cài kín hàng nút áo veston mà thường ngày gã có thói quen không cài khuy, nhờ vậy khán giả không phát hiện ra điều tệ hại ấy.

Chứng kiến hồi lâu cuộc nói chuyện giữa một già một trẻ, cánh lái xe hiếu kỳ muốn biết khả năng của gã ra sao, bèn kéo nhau đến quây quanh gã cùng với lời đề nghị:

- Cậu hãy hát cho mọi người nghe đi! Hát hay bọn này hứa không chỉ cho cậu quá giang, mà còn lo cơm nước, rượu thịt suốt từ đây vào tới trong đó.

Lạ. Đến nước này gã biết gã phải làm gì, để đổi lấy chuyến đi vào lúc giữa khuya, nếu không muốn buổi hẹn vào ngày kia ở T sẽ bị trễ hết công việc. Nghĩ vậy, gã cầm lấy cây đàn mà gã gìn giữ, nâng niu như một báu vật, ra khỏi vai. Cây đàn. Thời gian qua nhờ có cây đàn làm bầu bạn, cuộc sống nơi gã vơi bớt phần nào sự tẻ nhạt bên một xã hội đầy rẫy muộn phiền; ngoài ra, nó còn là kỷ niệm khó quên đối với gã trong đêm ra mắt tập thơ in chung của một số bạn bè. Đêm đó, gã nhớ rất rõ sau khi trình bày xong một số bài hát, trên đường từ sân khấu trở xuống chỗ ngồi, gã bất ngờ nhận được cây đàn do ai đó gửi tặng. Sau, qua dò hỏi nhiều người, gã mới hay cây đàn do bạn bè tặng cho vì không muốn thấy gã ngày ngày phải chơi trên cây đàn sờn cũ, bong tróc nhiều chỗ, nên đã chung tiền mua cho gã. Cảm động trước tình cảm bạn bè, đi đâu gã cũng vác theo cây đàn bên cạnh, vừa làm bạn đồng hành vừa nhắc nhớ kỷ niệm một thời.

Sau một lúc xoay trở cùng cây đàn, cuối cùng gã cũng đã chọn được chỗ đứng để ôm đàn hát một cách thoải mái trước sự chờ đợi của đám đông. Mặc. Gã biết rõ sự nôn nóng từ cánh lái xe hơn ai hết, song vẫn cố tình kéo dài thời gian ra để quan sát hết những ánh mắt qua từng con người đang có mặt, từ đó phán đoán tâm lý xem họ thích nghe thể loại nhạc Bolero, Slow, Slow Rock, Tango hay Habanera. . . nhờ vào kinh nghiệm ấy mà gã luôn thành công trong các buổi hát hò trước đám đông.

Không muốn để mọi người phải chờ đợi lâu hơn nữa, gã chọn ngay ca khúc mang âm hưởng dân ca Nam Bộ, chơi luyến láy một cách điệu nghệ nơi mười đầu ngón tay trên cây đàn, từ đó bắt âm nhạc tuôn chảy mượt mà qua hình ảnh ngô khoai hiện ra trước mắt cùng với giọng "Nẫu" nghe vui tai của gã cất lên, khiến cánh lái xe ngồi nghe bên sự thích thú, reo hò cổ vũ đến cuồng nhiệt: "Trên đất giồng mình trồng khoai lang/ Trên đất giồng mình trồng dưa gang/ Hỡi cô gánh nước đường xa/ Còn bao là bao gánh nữa/ Để qua là qua gánh giùm/ Tang tình tang tính tình tang/ Tang tình tang tính tình tang/ Tủi thân con khỉ ở lùm/ Cuốc không mà lo cuốc/ Lo giùm lo giùm người ta/ Tang tình tang tính tình tang/ Tang tình tang tính tình tang. . . . "

Và. Trong buổi tối vui chơi, hát hò, đầy khí thế ấy, gã được cánh lái xe tiếp đãi tận tình bằng một bữa ăn tối với đầy đủ rượu thịt, sau đó họ còn bắt gã kể về bản thân cho mọi người nghe.

Chúa ơi! Ngoài bản thân gã vốn là kẻ trốn chạy trước cuộc rượt đuổi chiến tranh ra, thì cuộc đời gã cũng giống như bao thanh niên sinh bất phùng thời, sống và lớn lên chưa hề biết đến hòa bình là gì, trong khi đó tiếng súng vẫn không ngớt vang lên từ khắp mọi miền đất nước, gây ra không biết bao nhiêu cảnh đau thương, chết chóc cho người dân vô tội. Chiến tranh. Cuộc chiến tranh mà nhà thơ Lưu Quang Vũ từng viết: "Các anh ơi, đừng trách chúng tôi/ Các bà má, tha thứ cho chúng tôi/ Chúng tôi chẳng thể làm khác được/ Quả đồi cháy như một phần quả đất/ Bao đời người ta đã giết nhau/ Với các anh tôi oán hận gì đâu/ Nhưng còn cách nào khác được".

Chính vì nhận rõ bản chất cuộc chiến tranh, gã cũng như bao thanh niên yêu hòa bình khác, đã chọn lấy cuộc sống lẫn trốn rày đây mai đó để không bị bắt bớ, bị đẩy ra chiến trường.

Khuya. Cuộc vui nào rồi cũng chóng tàn. Gã nằm nghỉ lưng chưa được bao lâu đã nghe tiếng máy xe khởi động ồn ào, kế nghe tiếng người lái xe gọi tên gã. Lồm cồm ngồi dậy, gã vội rửa mặt mũi bên xô nước do ai đó để sẵn cho tỉnh ngủ, trước khi trèo lên ca- bin ngồi cạnh tài xế.

- Mệt không? Người tài xế quay sang hỏi gã.

- Không sao đâu anh. Em vẫn có những đêm rượu chè thâu đêm suốt sáng cùng bạn bè.

- Nghệ sĩ mà.

- Là sao ạ?

- Giới văn nghệ sĩ các cậu không uống thì thôi, chứ đã uống vào thì trời đất cũng phải thua.

Không muốn trả lời, gã đưa mắt nhìn qua cửa kính xe ra bên ngoài, thấy cây cối hai bên đường phủ toàn một màu đen, tất cả dường như đang chạy ngược chiều về phía sau, trước khi mất hút vào bóng đêm.

Để phá tan bầu không khí đang quá im ắng, người lái xe đề nghị gã hát cho nghe bài hát nào mà khán giả yêu thích nhất của gã.

Nể tình người lái xe đồng thời cũng là ân nhân, đã không chỉ cho gã quá giang theo xe, cho ăn uống no say, mà còn tặng thêm ít tiền dằn túi phòng khi hữu sự. Gã cầm đàn lên vừa đàn vừa hát:

"Phố núi cao phố núi đầy sương/ Phố núi cây xanh trời thấp thật buồn/ Anh khách lạ đi lênđi xuống/ May mà có em đời còn dễ thương/ Em Pleiku má đỏ môi hồng/ Ở đây buổi chiều quanh năm mùa đông/ Nên tóc em ướt và mắt em ướt/ Nên mây mềm như mây chiều trong."

Cảm thấy không thể ngồi yên được nữa, người lái xe bèn cất tiếng hát theo gã cho đến cuối bài: "Phố núi cao phố núi trời gần/ Phố xá không xa nên phố tình thân/ Đi dăm phút đã về chốn cũ/ Một buổi chiều nao lòng vẫn bâng khuâng/ Xin cám ơn thành phố có em/ Xin cảm ơn một mái tóc mềm/ Mai xa lắc trên đồn biên giới/ Còn một chút gì để nhớ để quên/ Còn một chút gì . . . để nhớ để quên".

MINH NGUYỄN

(*) Từ dùng trước năm 1975
(**) Beethoven
(***) Thơ Phạm Hữu Quang
(****) Vào thời điểm trước năm 1975

Danh ngôn

Người thông minh bao giờ cũng đồng ý với người thông minh khác, còn kẻ ngu ngốc thì thường không đồng ý với cả người thông minh lẫn người ngu ngốc. Cũng tương tự như vậy, tất cả những đường thẳng luôn luôn trùng lên nhau, còn những đường cong thì không bao giờ trùng nhau, cũng không bao giờ trùng với đường thẳng.

Aristotle

Tình bạn là cái cần thiết nhất đối với cuộc sống, vì không ai mong muốn cuộc sống không có bạn bè, dù cho người đó có mọi hạnh phúc khác chăng nữa.

Aristotle

Con người là loài động vật tìm kiếm mục tiêu. Cuộc đời anh ta chỉ có ý nghĩa nếu anh ta vươn ra hướng đến những mục tiêu của mình.

Man is a goal-seeking animal. His life only has meaning if he is reaching out and striving for his goals.

Aristotle

Tất cả những cảm xúc thân thiện hướng tới người khác đều đến từ những cảm xúc thân thiện tự hướng tới bản thân mình.

All friendly feelings toward others come from the friendly feelings a person has for himself. **Aristotle**

KHALY CHÀM
ám ảnh linh hồn bị đánh cắp

Trình diễn mắt bị đục tinh thể
thế giới chắp vá nỗi khốn cùng
sự tương tác dao động như con lắc đồng hồ

tựa vai vào giả thuyết
những mảnh vỡ không vang tiếng
siết chặt cổ họng hiện vùng cận tử
chết đứng lâm sàng nhưng luôn mở mắt

vỗ về trấn an thể phách
hiệp nhất trèo lên đỉnh ngày
xô lệch bầu trời nhìn mây đông lạnh trôi hoang
thuở khai nguyên tìm đâu lời nguyền rũa
thần học nguyện cầu ngủ mê sảng trong hang

cười khật khưỡng như loài vượn núi
nguyên thủy loài người trần truồng như nhộng
đàn bà vạch lông xoắn xít dưới đì bụng đàn ông
chí rận tù mù trí nhớ vong thân vì chuyện ký sinh

chúng ta chẳng dám nhìn mặt nhau nữa hở em
sự an bài trật tự thật ngớ ngẩn khôi hài khi chia biệt

loài người âm thầm tự tách rời nhau
sợ trái tim ngừng đập không hề hay biết
sợ hãi luôn ám ảnh nếu linh hồn bị quỷ satan đánh cắp

KHALY CHÀM
tpsaigon 4/2025

KHALY CHÀM
âm thanh trễ mà tai nghe được

Mặt trời dung nạp sự biến thiên
vũ trụ biết rõ nguyên nhân lỗ đen dị dạng
siêu tưởng nhập nhằng khái niệm quỷ đạo xoay vòng
lồng kính hạnh phúc huyên náo sắc màu

ngày nguyệt kỵ mê tín ngáp ngủ
đàn bà chuyển việc đam mê phẩu thuật thời gian
khước từ ánh sáng trần truồng chui vào con mắt
lát cắt sợ hãi nhìn nhau thinh lặng

nhẩm tính từng hoa văn màu máu
chắp vá chuyển điệu giấc mơ biến tấu
đàn ông thực dụng mơ màng khi nằm ngửa
thích thú mút dần những ngón tay

cô độc tương quan khát thèm
luẩn quẩn mò mẫm bốc chút vụn tình thơm
mang mặt nạ người diễn trò ngất ngây ngụy tín

vĩnh hằng thời tiết sinh sản mùa thụ phấn
cỏ nghiêng xanh, sông, núi, ruộng đồng xanh
ngữ cảnh dựa dẫm âm thanh phồn thực
chẳng cần cường điệu khả thể mơ hồ

KHALY CHÀM
.ttcuchi 12/2024

NGUYỄN ĐẠI DUẪN
Chuyện tình bên dòng sông Sê Pôn

Sáng sớm, chiếc xe khách đưa chúng tôi trên hành trình thăm lại chiến trường xưa Lao Bảo - Bản Đông xuất phát. Trên con đường thênh thang, chúng tôi thả hồn thưởng ngoạn vẻ đẹp hoang sơ của miền sơn cước, ngắm nhìn dãy Trường Sơn hùng vỹ, trập trùng ẩn hiện trong màn sương mờ ảo. Xa xa những rừng nứa, rừng le xuất hiện như cho biết chúng tôi đã đến đất bạn Lào. Cảm xúc dâng trào trong lòng tôi. Như có gì đó xốn xang, người cứ lâng lâng.

Tôi và anh Việt vào quán gọi hai tách cà phê. Chủ quán là một người phụ nữ chừng 60 tuổi, nước da sạm nắng, trên đầu lơ thơ mấy sợi tóc đen vấn vít trên mái đầu đã bạc.

Anh Việt nhìn bà chủ quán đang ngồi bên đứa con nít trạc 6 - 7 tuổi, rồi cất tiếng:

- Xăm - bai - đi - ượi (chào chị). Bà chủ quán nhìn chúng tôi nở nụ cười chào lại:

- Xăm - bai - đi - xỏng ại - Tha - hản (chào hai anh bộ đội). Anh Việt định nói điều gì đó bằng tiếng Lào, nhưng bà chủ quán như hiểu ra đã lên tiếng:

- Bộ đội cứ nói tiếng Việt cũng được. Mình hiểu mà!.

Tôi nghe giọng nói quen quen phát ra từ cái nụ cười có duyên của bà chủ quán. Cầm li ca phê, tay quấy đều, mắt tôi nhìn trân trân vào mặt bà. Đôi hoa tai bằng vàng lấp lánh không che hết cái nốt ruồi to nơi dái tai trái, một cảm giác quen thuộc ùa về. Tôi bỏ li cà phê trên bàn đi đến bên bà chủ quán miệng cất tiếng, dè chừng:

- Cô là...là Chantha Nam? Cô có nhận ra tôi nữa không?. Bà chủ quán nhìn tôi, nhìn vào cái sẹo như đốt ngón tay nơi thái dương bên phải của tôi rồi cất tiếng nghẹn ngào:

- Anh Tuấn! Đúng anh Tuấn rồi. Đứng bật dậy Chantha Nam ôm lấy tôi vỡ òa nức nở, không để ý gì đến mọi người xung quanh đang dòm ngó. Cháu bé ngồi bên níu lấy vạt áo của bà, mắt nhìn tôi ngơ ngác, miệng há hốc.

Sau mấy phút cảm xúc đi qua, tôi và Chantha Nam ngồi xuống. Anh Việt nhìn thấy cảnh đó cũng không khỏi ngạc nhiên:

- Sao hai người lại nhận ra nhau vậy? Tôi nhìn Chantha Nam rồi chỉ tay về anh Việt, nói:

- Nọng - lừng - khơi - khẩu bò ? (Em có quen người này không?). Chantha Nam dừng lại mấy giây trên khuôn mặt anh Việt. Và không để đợi lâu hơn, tôi nói:

- Anh Việt đó!. Khuôn mặt Chantha Nam giản ra, để lộ nét vui vẻ. Cô đứng dậy nắm tay anh Việt và gật đầu chào.

Chantha Nam cho biết, chồng cô đã mất cách đây vài năm do tai nạn giao thông, đứa con gái đầu nay đang lao động xuất khẩu ở nước ngoài, người con trai và con dâu đang làm việc ở Sa Vẳn. Chỉ tay vào cậu bé ngồi bên, Chantha Nam cho biết nó là đứa cháu nội, hiện đang ở với bà. Cuộc sống thì không còn lo cái ăn cái mặc. Chantha Nam mở quán cà phê như để tạo niềm vui tuổi già. Anh Việt gật đầu rồi nhìn Chantha Nam hỏi:

- Vậy me (mẹ) hiện thế nào? Có khỏe không? Chantha Nam nhìn chúng tôi thở dài:

- Me nọng (mẹ em) đã mất rồi ạ! Nếu bà còn sống nay cũng 90 tuổi rồi đó! Mà này em hỏi: Vậy anh Cương không cùng đi với các anh à?. Tôi nhìn Chantha Nam nói với cô giọng trầm buồn:

- Cương mất rồi em! Thương lắm, xuất ngũ về, bị nhiễm chất độc da cam, không vợ con gì cả!

Ba chúng tôi im lặng nhìn nhau. Một không khí trầm lắng bao trùm...

Ngoài kia, tiếng còi như đang giục chúng tôi chia tay cuộc hội ngộ để trở về. Mọi người lần lượt lên xe. Một đoàn người gồm có người già, người trẻ trong bản đi ra theo, tay vẫy vẫy. Anh Trưởng đoàn cúi người, chắp tay chào:

- Uôi - phon năm chay xa - mắc - khi mit - tá phạp phi - xệt Lào mặn - không thá - nông kèn ta - lọt ca - lá - nan! (Chúc tình đoàn kết hữu nghị đặc biệt Việt – Lào mãi mãi bền vững!). Đoàn người cùng cất vang tiếng đáp lễ:

- Việt - Lào Xamakhi! Việt - Lào Xamakhi (Việt - Lào đoàn kết)

Tôi và anh Việt cũng chia tay Chantha Nam. Ba bàn tay

nắm chặt, ánh mắt nhìn nhau lưu luyến. Tôi nhìn Chantha Nam cất giọng:

- Ại - Khó phạc khoan diêm - dam thảo khao lẹ uôi - xay - hạy - phon thổng lẹ khọp - khua! (anh xin gửi lời hỏi thăm và chúc mừng gia đình)

- Nọng Khọp chày, uôi - phon xỏng ại pay mi xay! (Em xin cảm ơn, chúc hai anh lên đường may mắn!"

***

Tôi tỉnh dậy sau một đêm ngủ say. Nhà vắng vẻ. Trên bàn, li cà phê vợ vừa pha bốc hơi thơm lừng. Tôi mở điện thoại xem mấy cái hình chụp hôm trước. Nhìn tấm hình chụp hai bà cháu Chantha Nam, những ký ức một thời quân ngũ bỗng ùa về.

Sau mấy tháng huấn luyện, tôi cùng anh Việt và Cương được điều về công tác tại tiểu đoàn bộ. Anh Việt quê ở Huế, lớn hơn tôi hai tuổi, lái xe công trình. Cương cùng tuổi tôi, quê Nam Hà, đang làm y tá ở một trạm xá thì được điều động vào quân ngũ. Tôi là giáo viên đã dạy học được mấy năm. Ba chúng tôi là lính mới đang còn bỡ ngỡ, có sự đồng cảm nên thân thiết, gần gủi nhau hơn.

Chủ nhật, ba anh em tôi lên Bản Đông, ghé vào cửa hàng bách hóa để mua mấy thứ đồ dùng sinh hoạt. Thấy một cô mậu dịch viên đang chăm chú làm việc. Cô có nước da mặn mà, tóc đen mượt, được quấn lại và cài chiếc trâm bạc, chạm trổ những hình tinh xảo. Ánh mắt cô sáng lung linh, thân hình ưa nhìn. Với chiếc áo chàm thêu hoa văn màu tươi sáng rực rỡ, có đính hàng khuy bạc. Chiếc váy kẻ ô vuông, làm tôn thêm vẻ đẹp kiêu sa của cô gái Lào mà lâu nay chúng tôi chưa từng gặp.

Anh Việt mạnh dạn đến gần cất tiếng:

- Xăm - bai - đi - nọng (chào em). Cô gái nghe tiếng ngẫng đầu lên, nhìn chúng tôi đáp lễ:

- Xăm - bai - đi Băn - đa - xá - hải Tha - hản (chào các đồng chí bộ đội).

Trọ trẹ vài từ tiếng Lào, ba chúng tôi không biết nói gì thêm nên chỉ đứng lặng nhìn nhau. Cô gái như hiểu ý rồi tủm tỉm cười:

- Bộ đội cứ nói tiếng Việt, em hiểu mà! Như mở cờ trong

bụng, Cương vội vàng cất tiếng:

- Vậy bộ đội muốn mua ít đồ dùng được không? Cô gái nhìn chúng tôi với sự thông cảm:

- Bộ đội muốn mua gì? Nhưng cửa hàng chỉ mở cửa từ thứ 2 đến thứ 7. Hôm nay chủ nhật nên chúng em kiểm kê. Có gì tuần sau bộ đội lại đến nhé.

Tôi nghe giọng nói quen quen như người vùng quê tôi, chứ không phải lơ lớ như những người Lào khác. Tranh thủ lúc cô gái vừa đóng cửa, bước ra hành lang tôi buột miệng:

- Nghe giọng em nói mà tôi nhớ quê quá. Không biết em học giọng Quảng Bình khi nào mà nghe thật ngọt.

- Em người gốc Quảng Bình! Nghe vậy, tôi mạnh dạn:

- Em ở xã, huyện nào? Vậy em là đồng hương với anh rồi!. Cô gái tủm tỉm và nhìn đồng hồ:

- Giờ cũng đã trưa. "Ún chao cạc ại bô đối nớ". Khi nào rảnh ghé nhà em chơi. Nhà em phía trước cửa hàng đó. Các anh hỏi nhà cô Chantha Nam là họ chỉ cho. Anh Việt và Cương há hốc mồm, còn tôi thì nhìn cô gái, lòng thấy vui vui.

Chia tay cô gái ra về, anh Việt, Cương cứ hỏi tôi là cô gái đã nói gì. Tôi giải thích: "Cô gái nói tiếng người 'nguồn', ý cô ấy nói là: "Em chào mấy anh bộ đội nhé!". Hai người "ồ" lên rồi nhìn nhau cười vui vẻ.

Đó là một tối cuối tuần. Tôi và Cương tìm về nhà Chantha Nam. Con đường từ đơn vị đến Bản Đông khoảng gần 2 cây số. Những bước chân thoăn thoắt mà cứ như thấy còn chậm. Dọc đường thưa thớt vài ngôi nhà sàn, le lói ánh đèn dầu. Tiếng cây rừng xào xạc hòa vào tiếng tắc kè thảng thốt trong đêm làm cho khung cảnh núi rừng có vẻ rờn rợn. Rồi tôi và Cương cũng đến được nhà của Chantha Nam.

Ngôi nhà sàn Chantha Nam lợp tranh, vách nứa đơn sơ cũng như bao ngôi nhà khác của bản. Chỉ khác là dưới sàn không có gà, lợn chạy rông. Hai đứa tôi bước lên sàn nhà. Nhìn chúng tôi Chantha Nam cất tiếng:

- Mời hai bộ đội vào nhà đi!.

Que củi to trên bếp được Chantha Nam thổi cháy bùng sáng lên át cả ánh đèn dầu leo lét. Phía gần bếp lửa, một người phụ nữ đang trùm chăn, rên hừ hừ. Chantha Nam nói với vẻ buồn buồn:

- Me em đó! Bà bị sốt mấy hôm rồi mà chưa cắt cơn. Bình thường me uống thuốc lá vài ba hôm là khỏi.

Khuôn mặt bà tái ngắt, người co ro run bắn lên. Tay bắt mạch, tay sờ trán rồi nhìn tôi và Chantha Nam, Cương nói:

- Me sốt cao lắm. Tôi phải về đơn vị lấy thuốc cho bà uống thôi. Nhớ nấu cho me bát cháu để me ăn mà uống thuốc nhé!

Tôi nhìn me với vẻ ái ngại rồi nói với Chantha Nam:

- Bộ đội Cương là y tá của đơn vị đó. Em yên tâm, me sẽ không sao đâu.

Trong lúc chờ đợi, Chantha Nam nhìn tôi tâm sự: "Như me em kể lại. Phò (bố) em là bộ đội thuộc Đoàn 559. Ông quê ở huyện Minh Hóa. Hồi đó do tuyến đường mòn phía Đông Trường Sơn có địa hình hiểm trở dốc cao phức tạp, nên từ năm 1961, Đoàn 559 tiến hành khảo sát và mở tuyến giao thông sang sườn Tây của dãy Trường Sơn. Lúc bấy giờ bộ đội Việt Nam đã phối hợp với Pathet Lào mở các nút giao thông tại Sê Pôn, trên đường 9 thuộc địa phận Lào. Năm 1963, đơn vị phò sang Lào để mở đường. Một lần đi lấy gạo phò bị sốt rét nặng và lạc đường về bản, được ông ngoại đem về chữa thuốc. Sau khi lành bệnh phò ở lại bản...và trở thành con rể của ngoại. Năm 1964, khi em vừa thôi nôi, phò khoác ba lô một mình đi tìm đơn vị, mặc cho me khóc hết nước mắt, ông bà ngoại can ngăn. Năm 1968 hay tin phò hy sinh trước Tết Mậu Thân 10 ngày, khi quân Giải phóng nổ súng mở màn Chiến dịch Đường 9 - Khe Sanh. Me bảo, ngày đó hay tin phò mất me khóc ròng rã mấy ngày đêm, bỏ ăn bỏ ngủ.

Em tên Lào là Chantha, có nghĩa là mặt trăng đó anh. Phò đặt tên em như một kỷ niệm về tình yêu của phò và me. Tên Việt của em là Phương Nam, ý phò là muốn em luôn hướng về Việt Nam. Còn tên ghép của em là Chantha Nam. Sau khi đất nước hòa bình, bác em là bộ đội Đoàn 559, sang xây dựng con đường hữu nghị Việt - Lào. Bác đã tìm được me con em. Bác xin đưa em về nước, cho học tiếng Việt và học bổ túc văn hóa ở Việt Nam. Rồi bác xin cho em đi học lớp mậu dịch viên đào tạo cho con em người Lào tại thị xã Đồng Hới. Năm 1983 em về nước làm mậu dịch viên, bán ở cửa hàng bách hóa Bản Đông".

Câu chuyện Chantha Nam kể cứ cuốn hút tôi. Định nói một điều gì đó mà nghĩ chưa ra thì Cương cũng đưa thuốc đến. Dặn dò những việc cần thiết xong chúng tôi chia tay me và Chantha Nam.

Sáng dậy, lưỡng lự một lúc tôi mạnh dạn lên phòng ông Tiểu đoàn trưởng. Tôi kể chuyện về Chantha Nam và bệnh sốt rét của mẹ cô cho thủ trưởng, ông nghe rất chăm chú. Đang vui, tôi buột miệng hỏi:

- Bộ đội có lấy được vợ Lào không thủ trưởng?

Ông gật đầu với đề xuất của tôi và không quên dặn:

- Việt - Lào là anh em, mình phải đối xử tốt với đồng bào để tình anh em bền vững. Nhưng cậu không được thể hiện tình cảm tán tỉnh, yêu đương con gái Lào đâu nhé. Nếu vi phạm thì cậu sẽ bị kỷ luật, tước quân tịch và đuổi về nước đấy. Tôi lí nhí: "Dạ vâng ạ!".

Gần trưa, tôi lên thăm mẹ của Chantha Nam. Chantha Nam đi làm chưa về. Mẹ Chantha Nam giờ đã cắt sốt, nước da có phần bớt tái xanh. Tôi trao phần quà của đơn vị gửi biếu, mẹ Chantha Nam nhìn tôi, cúi đầu đồng thời chắp tay chào, miệng cất tiếng:

- Khop chay, Tha - hản! (Cảm ơn bộ đội!). Rồi bằng tiếng Việt vốn có, bà kể cho tôi nghe về những năm tháng chiến tranh một mình nuôi con vất vả. Bom đạn, sống chết kề bên, cái ăn cái mặc thiếu thốn trăm bề. Cuộc sống chui lủi rừng sâu, nay đây mai đó để tránh bom đạn. Nhờ ơn Quân tình nguyện Việt Nam đã phối hợp với Bộ đội Pathet Lào đánh đuổi giặc Mỹ, bọn phỉ Vàng Pao nên người dân đã đổi đời, Chantha được học hành, nay có việc làm.

Những tâm tư của mẹ Chantha Nam làm cho tôi bồi hồi nhớ nhà, nhớ mẹ tôi. Những năm tháng chiến tranh, bố tôi đi bộ đội mẹ tôi ở nhà cũng một mình vất vả nuôi con. Chiến tranh ở đâu cũng thế, mà người chịu thiệt thòi nhất là những người mẹ.

Tôi sốt ruột ngóng Chantha Nam về, lòng cứ cồn cào. Có một cảm giác gì đó không nói nên lời. Tôi nghĩ đến Chantha

Nam, cảm mến khuôn mặt có phần khắc khổ nhưng ánh mắt lại toát lên nụ cười. Như hiểu ra, mẹ Chantha Nam nhìn tôi nhỏ nhẹ:

- Ui! Me quên mất, trưa nay Chantha Nam không về. Nói bảo có cuộc gặp với Công ty thương mại bên Việt Nam sang viện trợ gì đó!

Chia tay mẹ Chantha Nam ra về, tôi như hụt hẫng, bồi hồi nhung nhớ Chantha Nam, như lâu ngày không gặp.

Tết Bunpimay, đó là những ngày giữa tháng Tư dương lịch, Tiểu đoàn cho chiến sĩ nghỉ thi công một ngày để tham gia Tết cổ truyền với đồng bào các bản lân cận nơi đơn vị đóng quân. Mọi người ăn mặc chỉnh tề, tham gia các nghi lễ với dân bản như: té nước, phóng sinh, buộc chỉ cổ tay, uống rượu cần vui vẻ. Tối đến, tôi cùng anh Việt, Cương về Bản Đông tham gia văn nghệ cùng thanh niên bản. Đống củi trước sân nhà rông được ông trưởng bản đốt lên, ánh lửa sáng rực cả khoảng sân soi rõ mặt người. Khi tiếng nhạc, tiếng khèn, trống vang lên đệm trên những bài hát quen thuộc thì mọi người mời nhau vào múa điệu "lăm vông". Chantha Nam trong bộ trang phục truyền thống, khuôn mặt ửng hồng dưới ánh lửa bập bùng đưa tay mời chúng tôi tham gia điệu lăm tơi. Anh Việt và Cương nhường cho tôi cùng múa với Chantha Nam. Tôi lúng túng bên Chantha Nam vì chưa quen, còn Chantha Nam, tay cuộn lại, vừa ép ngón trỏ vào ngón cái, các ngón xòe rộng và uốn cong. Tôi vừa nhìn Chantha Nam múa để bắt chước, vừa lắng nghe nhạc để chân nhún cho đúng nhịp. Chantha Nam nhìn tôi, ánh mắt lúng liếng, một nụ cười hiền thảo cất lên từ cái miệng xinh xinh lúm đồng tiền: "Rồi sẽ quen thôi anh!".

Mới được một vòng múa, cao trào đang dâng cao thì tiếng kẻng báo động từ tiểu đoàn bộ dồn dập vang vọng khắp núi rừng, dội vào vách đá nghe gấp gáp. Mọi người dừng múa, hát. Ba chúng tôi chia tay Chantha Nam và cúi chào dân bản, rồi chạy như ma đuổi về đơn vị.

Ngọn lửa ngày một bùng to lên nơi doanh trại. Mọi người hối hả cứu cháy. Người thì khuân gạo, người vác súng, người xách ba lô quần áo...nhốn nháo cả lên. Gió ngày một to làm cho ngọn lửa càng hừng hực, hung tợn. Nhiều người chạy xuống suối múc nước té mạnh lên. Một lúc sau, thanh niên trai tráng trong bản cũng chạy về tham gia dập lửa. Tôi đang vác bao gạo nặng từ kho chạy đến chỗ an toàn. Vừa vất bao gạo xuống, tôi trượt chân ngã sõng soài.

Khi tỉnh dậy tôi thấy mình đang nằm ở Trạm xá Sư đoàn, đầu buộc băng trắng toát. Được biết, khi ngã xuống đầu tôi đập vào tảng đá sắc nhọn, bên thái dương rách toác, máu chảy nhiều. Tôi ngất đi. Anh em đơn vị đưa tôi về trạm xá cấp cứu, may chỉ bị thương phần mềm.

Một sáng chủ nhật, Chantha Nam cùng mấy thanh niên trong bản về thăm tôi. Trên chiếc gùi nào là chuối, đu đủ chín và chục quả trứng gà. Chantha Nam nắm lấy tay tôi: "Cố lên anh đồng hương!". Tôi lặng yên để bàn tay mình trong bàn tay thon thả của Chantha Nam, cảm nhận một sự ấm áp, một tình cảm dâng trào từ bàn tay ấy.

Sau hơn mười ngày điều trị tôi đã trở về đơn vị. Doanh trại đã được làm lại, mọi sinh hoạt trở lại bình thương. Anh em đơn vị ai cũng mừng cho tôi đã trở về, nhưng bên thái dương phải của tôi, cái sẹo như một "kỷ niệm" để lại.

Một hôm, ông Tiểu đoàn trưởng gọi tôi lên phòng ông. Sau khi rót cho tôi cốc trà Bắc Thái thơm lừng, ông nhìn tôi rất lâu rồi đưa cho tôi tờ Quyết định của Sư đoàn. Tay tôi run run cầm tờ Quyết định. Sau khi đọc xong Quyết định, tôi mừng ứa nước mắt và không ngớt cảm ơn thủ trưởng đã quan tâm. Mọi lo lắng trong lòng đã được giải tỏa.

Tôi về thăm Chantha Nam và mẹ cô để chia tay về nước. Được biết tôi có Quyết định đi học sĩ quan ở Hà Nội Chantha Nam mừng lắm. Nhưng trong ánh mắt em không giấu được nét buồn mà lâu nay tôi chưa từng thấy. Tôi ngồi lặng im không biết nói gì hơn. Chantha Nam rủ tôi ra bờ sông trước nhà ngồi hóng gió. Chantha Nam ăn mặc như đi dự lễ hội. Đó là chiếc váy tơ tằm, chân váy có những đường hoa văn mang màu sắc dân tộc, chiếc áo được may cầu kỳ hơn, có những đường viền thêu hình hoa lá, chim muông. Khuy áo được đính bằng bạc. Chiếc khăn "phạ-biềng" màu đỏ quàng chéo trước ngực. Chiếc dây thắt lưng bằng đồng bó sát eo làm nổi thân hình thon thả của Chantha

Nam. Đôi hoa tai bằng vàng lấp lánh. Chiếc nhẫn bạc nổi bật những nét chạm trổ tinh xảo. Tôi nhìn Chantha Nam không chớp mắt, miệng trầm trồ không ngớt lời khen. Chantha Nam nhìn tôi âu yếm khẽ nói:

- Hôm nay là ngày chia tay anh nên em ăn mặc như lễ hội. Đó là một sự trân trọng tình cảm quí mến của em trao cho anh - người đồng hương đáng yêu ạ!

Chantha Nam dẫn tôi đến vạt cỏ bằng phẳng dưới cây săng lẻ bên bờ sông. Hai chúng tôi cùng ngồi xuống bên nhau, mắt nhìn về phía xa xăm. Không có trăng nhưng bầu trời quang đãng, đầy sao cũng đủ cho tôi nhìn rõ khuôn mặt xinh xắn của Chantha Nam. Phía trước mặt là con sông Sê Pôn hiền hòa xuôi dòng. Nhìn con sông, Chantha Nam kể cho tôi nghe những câu chuyện về kỷ niệm một thời trên dòng sông này. Đó là những ngày theo ông ngoại đi bắt cá, theo bà đi hái nấm, hái măng. Và Chantha Nam cho biết: "Giờ đây, ở phía bên kia sông đối xứng là các bản làng của người Kinh, Bru - Vân Kiều, Pa Kô của Việt Nam đang lập ấp sau ngày Quảng Trị giải phóng. Những dải đất dọc sông là địa điểm đắc địa, ai cũng muốn ở vì gần nguồn nước sinh hoạt và tưới tiêu, đất đai lại màu mỡ. Những triền đồi ven sông Sê Pôn được bà con gieo trỉa lúa khô. Đây là thứ lúa nếp rất dẻo dùng để nấu xôi. Vào các ngày lễ, Tết, đồng bào hai biên giới lại nhộn nhịp băng rừng, vượt sông qua lại thăm nhau chan chứa tình anh em". Tôi lắng nghe những lời tâm sự của Chantha Nam mà lòng thấy ấm áp, thân thương. Nhìn Chantha Nam rất lâu, tôi ngập ngừng hỏi:

- Rồi đây, Chantha Nam có ý định về Việt Nam thăm quê nội không?

- Cũng chưa tính được anh à! Khi nào Chantha Nam lấy chồng thì dẫn chồng về thăm quê luôn. Rồi Chantha Nam sẽ về quê anh chơi! Được đà tôi chuyển đề tài:

- Vậy Chantha Nam đã có người yêu chưa?. Một thoáng im lặng, Chantha Nam đưa tay bứt chiếc lá rồi nói:

- Em chưa! Con gái ở đây tuổi như em đã con bồng con bế, nhưng em còn chần chừ. Tôi liếc nhìn Chantha Nam thấy em có chút buồn thoảng qua. Như có điều gì sâu thẳm tự đáy lòng mà em không nói ra, và tôi cũng không dám hỏi.

Tiếng cây rừng xào xạc, xua đi cái im lặng của hai chúng tôi. Không để cho thời gian trôi qua, tôi thầm thì:

- Chantha Nam xinh đẹp, dễ thương làm gì mà không có người yêu cơ chứ!. Tôi vừa nói xong Chantha Nam, đưa bàn tay nhỏ nhắn cầm lấy tay tôi. Bàn tay tôi nóng hổi trong bàn tay em. Tim tôi đập loạn lên. Em nhìn tôi, mặt ửng hồng dưới bầu trời đầy sao, giọng vừa ý tinh nghịch nhưng có vẻ nghiêm túc:

- Anh cũng dễ thương lắm. Nhưng dễ thương chứ thương đâu có dễ. Sau này người nào làm vợ anh chắc hạnh phúc lắm.

Tôi nghe Chantha Nam nói mà lòng xốn xang, rồi định hỏi: "Vậy Chantha Nam có muốn làm vợ anh không?". Nhưng nhớ lời thủ trưởng dặn nên tôi không dám... Chantha Nam âu yếm nhìn tôi nói:

- Giá như em là người Việt Nam thì mọi chuyện sẽ khác. Mà thôi chúng ta sẽ mãi mãi là bạn anh nhé. Mọi tình cảm yêu thương giấu chặt đáy lòng và đừng quên nhau là đủ. Nói rồi Chantha Nam trao cho tôi món quà, buộc sợi chỉ đỏ. Cầm món quà Chantha, tôi cảm động vô cùng. Và tôi cũng lấy món quà trao cho Chantha Nam. Đó là cuốn sổ tay, trong đó chép bài hát "Tình Việt – Lào" của Hồ Hữu Thới bằng tiếng Việt và tiếng Lào. Tay Chantha Nam run lên, bất ngờ quay sang ôm tôi hôn chụt lên má rồi đứng dậy, tay cầm dép, tay nâng váy chạy nhanh về nhà. Tôi bàng hoàng đứng dậy, như người mộng du. Khi chợt tỉnh tôi chạy theo Chantha Nam, đến cổng thì Chantha Nam đã vào nhà, tay vẫy vẫy. Tôi đứng ngẩn ngơ như trời trồng, nhìn vợi theo bóng Chantha Nam sau cánh cửa liếp. Tay tôi sờ lên má, nụ hôn như còn đó.

Thỉnh thoảng chúng tôi vẫn liên lạc thư từ cho nhau, kể cho nhau nghe chuyện cuộc sống hằng ngày. Những lá thư thưa dần, thưa dần rồi bặt tin khi Chantha Nam thông báo cô đã đi lấy chồng. Kỷ vật mà Chantha Nam tặng tôi là một tấm hình của Chantha Nam được gói trong chiếc khăn tay thêu đôi chim câu đang bay lượn bên nhau. Những kỷ vật đó đã theo tôi suốt dặm dài đường Trường Sơn.

***

Tôi mở điện thoại, tay định bấm số gọi cho Chantha Nam. Nhưng, như có điều gì cứ làm tôi phân vân, lưỡng lự. Và rồi tôi bấm nút tắt, lòng thầm nhủ: “Rồi Chantha Nam sẽ hiểu!”. Những giọt cà phê đăng đắng, nhưng khi nuốt vào thì để lại nơi đầu lưỡi vị ngọt, thơm và tôi chợt hiểu. Cuộc đời là vậy, đằng sau cái đắng là sự ngọt ngào, đó là sự kết tinh của đất trời. Cũng như cuộc đời có những buồn vui, sướng khổ. Và có những kỷ niệm đẹp đẽ, được cất giấu để rồi mãi theo ta năm tháng.

Ngoài kia, trời nắng vàng rực rỡ, bầu trời trong xanh vời vợi. Tôi ra vườn với tâm trạng khoan khoái, ngắm nhìn những nụ bông bưởi đang tỏa hương thanh khiết, lòng trào dâng một niềm vui. Con chim tú hú cất tiếng hót vang trong vườn báo hiệu một ngày đẹp trời.

NGUYỄN ĐẠI DUẪN

Danh ngôn

Hỡi ôi, thì ra lòng khinh, trọng của chúng ta có ảnh hưởng đến nhân cách của người khác nhiều lắm. Nhiều người không biết gì là tự trọng, chỉ vì không được ai trọng cả. Làm nhục người khác là một cái rất diệu, để khiến người sinh đê tiện…

Nam Cao

Tôi tin rằng khoảng một nửa những gì khác biệt giữa doanh nhân thành đạt và không thành đạt là sự kiên trì tuyệt đối

Steve Jobs

Bản chất của một người không nằm ở mặt anh ta bộc lộ với bạn mà ở chỗ anh ta không hề bộc lộ với bạn.

Gibran (Syria)

Sự khiêm tốn thật sự là mẹ đẻ của các đức tính.

Tennyene

Đừng hỏi người thông minh, hãy hỏi người từng trải.

Con Dillac

Nếu anh ta luôn nói lời đáng tin, một lần nói sai người khác cũng tha thứ; nếu anh ta luôn thích bịa đặt, dù nói thật cũng bị người khác cho là dối trá.

Sadi (Ba Tư)

QUYÊN DI
TIA NẮNG VÀNG MÙA XUÂN

Viết về Nguyễn Xuân Hoàng

Từ mông lung và hỗn mang vũ trụ
Những hạt cát vàng rơi xuống địa cầu
Vương vãi tứ tung
Từ đấy định mệnh mỗi hạt cát khác nhau hết thảy
Vì chúng rơi vào những đất đai thổ nhưỡng chẳng giống nhau
Rơi vào những mùa màng thời tiết thật khác biệt nhau
Rơi vào cánh đồng vườn cây bụi cỏ sông ngòi suối rạch giếng khơi
Rơi vào lâu đài nhà cửa lều tranh
Tuỳ theo bão cuồng vũ trụ
Tuỳ theo tiếng nổ big bang

Có một hạt cát
Rơi vào mảnh đất nhỏ nhoi bên bờ biển Thái Bình
Trớ trêu thay! Thái Bình mà đầy nhiễu loạn
Hạt cát vật vờ hạt cát va chạm
Bị đẩy đưa qua nhiều cơn hoạn nạn
Cũng có khi được tắm mát trong yêu thương
Cũng có khi miệt mài theo cơn lốc cuốn trên một con đường
Về nơi vô định
Hạt cát biết suy tư
Nó muốn đập vỡ những tư tưởng
Plato Khổng Tử Leonardo da Vinci Isaac Newton
Lê Quý Đôn Chu Văn An Nguyễn Trãi
Jean Paul Sartre Nietzsche Albert Camus
Đi tìm cái cốt lõi bên trong
Vì thế hạt cát trở thành ông giáo sư triết học
Dạy học trò biết cười biết khóc

Theo cuộc nhân sinh
Ông thầy dạy triết này có triết lý hết mình
Hết mình học
Hết mình dạy
Hết mình yêu
Hết mình giận ghét
Suy tư hết mình
Viết hết mình
Sống hết mình
Buồn vui khổ đau hạnh phúc đam mê cuồng nhiệt
Giữa cuộc trần ai…

Cơn bão loạn thổi một hơi dài
Y vật vờ bay ra khỏi nơi ngày xưa đã từng rơi xuống
Y lại miệt mài
Sống
Yêu
Viết lách
Cuối cùng Y khám phá ra mình là người đi trên mây
Hổng cẳng chân không bám vào mặt đất
Rồi Y mệt mỏi mầm dài
Hạt cát muốn trở về nguồn gốc
Thế là Y trở về thật
Về ngôi nhà bản thể của mình
Y rơi vào đời như một hạt cát vàng
Y ra khỏi đời như tia nắng vàng mùa xuân lấp lánh
Tia nắng vàng mùa xuân?
Phải, Y là ai?
Là Nguyễn XUÂN HOÀNG!

QUYÊN DI

NGUYỄN ĐÌNH TỪ LAM
CẢNH ĐẸP QUÊ XƯA

Ngày ấy, áo em màu thiên thanh
Má hồng phơn phớt, mắt long lanh
Ngày ấy, lòng ta như mở hội
Vui thú cùng nhau thăm cảnh quê

Thăm Đá Lùng Thùng nằm vắt vẻo
Giữa con thác nước trắng phau phau
Thạch hang, thạch động đua nhau sắp
Đá lò, đá bếp ngồi chen nhau
Khắp nơi trải nắng vàng hoa cải
Huê thạch muôn màu dệt gấm hoa
Trên bờ khoe sắc hoa đua nở
Dưới sông mặt nước ngàn sao chớp
Vách đá vô tình đợt thác va
Lùng thùng vang vọng tiếng đưa xa
Sao rơi lả tả, từng cơn sóng
Bọt trắng tung trời, tràng pháo bung
Mây trôi hờ hững vờn bóng nước
Ngập ngừng gió khẽ lá bên hoa

Ngày qua chầm chậm, chiều man mác
Anh cùng em tạm biệt Lùng Thùng
Leo tận nóc rừng, chân núi Nhón
Về thăm làng cổ, quê Lộc Yên
Đây, những nhà xưa, xưa thế kỷ
Hai chái, ba gian phong cách xưa
Đòn tay, kèo, cột, xuyên và trính
Kết nối dắt dìu nâng đỡ nhau
Chạm trổ mít, hương, trắc, cẩm lai
Long-lân-quy-phụng ngời ngời tỏ
Phượng múa, rồng bay sắc nét màu…

Âm dương mái ngói rêu trầm mặc
Cửa bàn khoa khép lặng uy nghiêm
Ngõ đá bậc thang cao vợi vợi
Tảo lát thảm mềm chân bước êm
Nhà xưa, bao đời người nương nấu
Nước thời gian bóng lộn gương soi
Khắp nhà, còn đó bàn tay ngọc
Tài hoa tinh xảo thợ Kim Bồng
Vườn xanh phảng phất hương hoa thoảng
Hương bưởi thanh trà, hương quít cam
Mít trái, chín cây mùi mật ngọt
Cùng với hoa sưa thơm đậm đà
Cuối ngày nắng vướng đỉnh non xa
Có ai thấp thoáng bên thềm vắng
Bóng xế ngoài hiên nghiêng dáng cau
Đầu ngõ trẻ con chơi trốn kiếm
Đường làng mấy cụ bước thong dong
Bầu trời mây trắng trôi chầm chậm
Đầu núi trăng treo, sắp cuối ngày

Quê xưa, Làng Cổ - Hồn của đất
Đất và em - Tâm hồn của Mẹ
Mẹ yêu anh - Tấm lòng biển lớn
Anh có Mẹ, nên anh có tất
Tất cả đất trời rộng bao la
Ngày ấy, cảnh xưa thật mỹ miều
Hai ta thăm đấy lòng vui thú
Thâm tạ ông bà và hóa công
Dày công tạo nghiệp như tiên cảnh ./.

NGUYỄN ĐÌNH TỪ LAM

a/ Đá Lùng Thùng: Tên một cảnh đẹp trong quần thể thắng cảnh Lò Thung ở vùng quê Quảng Nam Việt Nam.

b/ Làng Cổ Lộc Yên: Một ngôi làng lâu đời gồm những ngôi nhà cổ do những người thợ làng mộc Kim Bồng ngày xưa ở Hội An, Quảng Nam tạo dựng.

c/ Gỗ mít, hương, trắc, cẩm, lai...: Những loại gỗ quí (Danh mộc).

TIỂU LỤC THẦN PHONG
TA CHƯA HỀ CÔ PHỤ

Không có chi, ngoài sách vở và hoa
Ta gởi tặng với tình yêu tha thiết
Con tim này chứa chan huyền sử Việt
Từ cung trời ly biệt những ngàn mây

Tâm hồn say đầy ngẫu tượng đông – tây
Sao lạc lõng đến như ngây như dại
Gã du thủ ngu ngơ từ lịch đại
Mơ cái đẹp mộng kéo dài vĩnh kiếp

Thuở mông muội trong tình yêu lỗi nhịp
Đành ngẩn ngơ không tấu kịp cung đàn
Nên kể từ sầu muộn những mang mang
Hình bóng cũ ngập tràn trong tâm tưởng

Cõi người ta, như hình nhân vất vưởng
Sờ soạng đi tìm huyễn tượng mơ hồ
Sóng bạc đầu, sóng vô tận nhấp nhô
Tình yêu ơi! Ta chưa hề cô phụ

TIỂU LỤC THẦN PHONG
Washington DC. 0425

TRẦN DANH THÙY
BẠN 'CÔNG VIÊN'

Tôi cư ngụ ở một chung cư có hình giống chữ L 'mềm mại' gồm 18 tầng nổi và 2 tầng hầm. Chung cư này nhỏ thôi nhưng nó lại có một công viên với những hàng cau kiểng Malaysia xen lẫn với những cây hoa sứ Nhật Bản và những mảng cỏ Singapore xanh nhỏ, trải rộng theo chiều dài phía trước mặt tiền của chung cư khiến cho toàn thể chung cư có cái view hình chữ nhật cũng dễ thương: một sự bao bọc lẫn nhau giữa những tầng lầu màu xanh thẩm và một mảng những xanh, vàng, đỏ… của cây cỏ, hoa lá… dưới chân chúng.

Theo 'lịch' sinh hoạt hàng ngày, gần như chiều nào tôi cũng đưa người bạn đời của tôi từ hầm để xe ra tới công viên để tiễn cô-giáo-nhà-tôi đến trường. Khi hoàn thành nhiệm vụ chẳng ai giao này, tôi sẽ tạt vào công viên để 'họp mặt' với mấy ông bạn già hàng xóm của tôi. Chúng tôi, tứ 'lão tướng' - Thanh, Hải, Nhiễm và tôi - xuất thân tứ xứ, không biết từ lúc nào và bằng cách nào, 'quen' nhau và nhanh chóng thân nhau.

Thanh, người cao gầy, qua những câu chuyện kể, chắc là một 'nguyên' cán bộ hưu trí cấp cao 'chót vót' của một sân bay quốc tế của một thành phố lớn của miền Trung nhưng đang ở Saigon để dưỡng bệnh vì vừa qua một cuộc giải phẩu 'thập tử nhất sinh' ở quê nhà. Hơn 30 năm làm việc trong ngành hàng không, qua những gì Thanh kể, tôi nghĩ 'hắn' đã bay và đáp xuống khoảng 70% phi trường lớn nhất của thế giới.

Nhiễm, người thấp đậm, về Việt Nam chơi với con cháu từ một thành phố ít người Việt của một tiểu bang Trung Mỹ, Hoa đàn ông miền Bắcdi cư. Sau khi học tập cải tạo về, 'nguyên' trung úy của chế độ Saigon cũ được di dân sang Mỹ năm 92. Gần 30 năm sống ở xứ sở Cờ Hoa, thế mà, như Nhiễm 'thành thật khai báo', chưa đến New York lần nào.

Ngược lại, Hải cao to, ăn nói bỗ bã, một 'cựu' nghĩa vụ quân sự, từng tham gia chiến trường K và phục viên 'toàn mạng'. Theo Hải, 'hắn' đã từng học ở Bách khoa Phú Thọ. Sau 75, 'hắn' trúng tuyển nghĩa vụ và có cuộc đời binh nghiệp nhiều năm. Sau khi giải ngũ, Hải trở thành một công nhân cơ khí lành nghề cho đến ngày hưu trí.

Và tôi, một thầy-giáo-quèn-chưa-chịu-về-hưu, đang ngồi viết những dòng chữ này.

Cố nhiên không phải chiều nào, tứ-lão-tướng chúng tôi cũng bảo đảm sĩ số. Họa hoằn lắm mới có mặt đầy đủ, chứ thường thường thì chỉ đạt tỷ lệ từ 50 đến 75% 'nhân sự cơ hữu'. Tôi nói cơ hữu vì thỉnh thoảng cũng có lác đác vài 'bạn' già có, trẻ có, thỉnh thoảng chiều chiều ra ngồi ghế đá công viên hóng mát, thấy chúng tôi trò chuyện râm ran, vui vẻ cũng ghé vào đóng góp một vài câu. Câu thôi chứ chưa phải là câu chuyện.

Còn những câu chuyện mà chúng tôi thường hàn huyên tâm sự chủ yếu là những ký ức về nghề nghiệp, về công việc chúng tôi đã làm trong thời gian công tác đã qua với những hoài niệm về những đóng góp cho xã hội, nhất là những việc mỗi người nghĩ rằng mình đã giúp ích cho cộng đồng… Có lẽ do 'tính quy hoạch' này của những câu chuyện mà chúng tôi thường đàm đạo đã khiến cho chúng tôi thân nhau.

Ngoài việc chiều chiều ra ngồi ghế đá công viên 'bù khú' với nhau như thế, chúng tôi còn có một sinh hoạt 'ngoại khóa' hấp dẫn khác: Nếu không có gì thay đổi đột xuất, chúng tôi sẽ cùng nhau đi ăn sáng và uống cà phê vào mỗi sáng Chủ nhật hàng tuần. Và mỗi tuần, một địa chỉ.

Có thể nói, không biết các bạn-công-viên của tôi thế nào, chứ từ nhỏ đến lớn, từ xưa đến nay, tôi chỉ có bạn học và bạn đồng nghiệp. Giờ đây, tôi còn có bạn… láng giềng.

Bạn học thì gặp nhau ở trường mỗi ngày. Bạn đồng nghiệp thì cũng gặp ở trường hay ở công sở mỗi ngày. Còn bạn láng giềng thì lại gặp ở… công viên mỗi ngày. Ở trường để học tập, để dạy học, để làm việc lúc còn trẻ. Còn ở công viên là để nói về những gì đã được học và làm việc khi không còn trẻ nữa.

Ở trường hay ở công sở đều có những giới-hạn-không-gian của nó. Còn ở công viên thì không. Đó là một không- gian-mở sau những không-gian-kín. Không gian dành cho những người bạn cao tuổi đang hưởng thụ cuộc sống vì đã cơ bản trả được 'nợ đời'…

Tôi, có thể cả chúng tôi đang enjoy tình bạn của những 'bác láng giềng'. Có nhiều hôm, lúc ra công viên trễ, tôi 'phát hiện' có một người, hoặc hai người… ra sớm hơn, có vẻ như đang trông ngóng những người còn lại. Ánh mắt đợi chờ xanh như cỏ tươi trải khắp công viên …

TRẦN DANH THÙY

BẠCH XUÂN PHẺ
ĐƯỜNG VỀ QUÊ

Đường về ngoại có lũy tre xanh ngát
Có kênh xanh, biển cát, gió ngàn
Có trẻ thơ bán dạo lúc chiều sang
Có quán xá nhiều hơn hãng xưởng mở
Có lăng mộ đẹp hơn nhà dân ở
Có tình người nồng thắm duyên quê
Có trăng thanh, gió lộng những vầng thơ
Nhưng có những chuyện, ôi sao mà khó thở

Kênh xanh đẹp làm nơi rác đổ
Những hẽm không đèn là nơi hò hẹn bình dân
Những cái canh tân dường như là lạc hậu

Nhưng dù sao thì còn có hơn không
Những câu nói rỗng không
Như: “Nhân dân (Phú Hải) quyết tâm xây dựng
môi trường xanh, sạch, đẹp”
Nhưng sao mà…, rác ơi là rác!
Rác nhiều hơn sau cơn Đại Hồng Thủy Á Châu năm 2004.
Rác ngỗn ngang như tâm sự người mang
Nhưng rác đó hoá thành hoa trong mai một.

BẠCH XUÂN PHẺ
(Mùa Hạ, Việt Nam, 2005

HỒ XOA

Tiền Đường

Biết còn buồn đến mai sau
Ngàn năm con sóng còn ray rức bờ
Gót hồng nhan, một cuộc cờ
Cầm tay nhau lạnh bất ngờ cuộc chơi...

Từ Hải

Tàn đêm lén mộng họ Từ
Một “ làn thu thủy” mà hư Tang bồng
Cầm gươm chém toạc gió đông
Nam mô / sắc sắc / không không / với Kiều...

Đạm Tiên

Còn mưa chiều nhớ Đạm Tiên
Tình qua bến cũ , ưu phiền trôi sông
Trăm năm vai nhỏ bụi hồng
Về lau nước mắt, đời không biết gì...

Sở Khanh

Hàng thì thật, tình thì không
Trái tim lánh nạn chất chồng oan khiên
Cán cân lệch phía đồng tiên
Cuộc chơi trơ tráo nhãn tiền từ xưa...

Hồ Tôn Hiến

Gian hùng đối diện anh hùng
Nợ duyên / đen trắng / song trùng oái oăm
Thước gươm đổi một chỗ nằm
Lấy “ năm tấc rộng” đo trăm năm buồn...

HỒ XOA

TRĂNG TIỀN PHƯƠNG

SỨC MẠNH CỦA CHIẾN LƯỢC: BÀI HỌC TỪ QUÂN XE TRONG CỜ TƯỚNG – ÁP DỤNG CHO CUỘC ĐỜI VÀ VĂN CHƯƠNG NGHỆ THUẬT

The Power of Strategy: Lessons from the Rook in Xiangqi – for Life and the Arts

Trong cờ tướng, mỗi quân cờ mang một tính cách, một vai trò riêng biệt. Nhưng nếu phải chọn một quân cờ làm biểu tượng cho chiến lược tổng lực, quân Xe chính là hiện thân rõ ràng nhất: di chuyển nhanh, kiểm soát không gian rộng lớn, linh hoạt trong cả tấn công lẫn phòng thủ – và luôn là nhân tố định đoạt thế trận.

1. Chiến lược từ quân Xe – góc nhìn đời sống và sáng tạo

Kiểm soát không gian – làm chủ hoàn cảnh

Xe đi ngang, dọc không giới hạn – như một tư duy chiến lược biết "chiếm lĩnh tầm nhìn", bao quát toàn cục. Trong cuộc sống và trong sáng tác, người biết quan sát toàn cảnh, giữ tâm thế tỉnh thức, sẽ dễ dàng nhận ra vị trí của mình, phát hiện được những "khe hở" của cơ hội.

Trong nghệ thuật, đó là sự tỉnh táo trước xu hướng thời đại – biết khi nào mình đang đứng ở biên hay ở trung tâm dòng chảy. Biết chọn đúng "thời điểm tung chiêu", đúng lúc "lùi để dàn thế cờ", là dấu hiệu của người sáng tạo có chiều sâu và bề rộng.

Tấn công chủ động – khơi mở cảm hứng

Xe uy lực khi "ra chiêu", gây áp lực liên hoàn. Trong đời sống, điều đó tượng trưng cho việc chủ động tạo cơ hội: không đợi cảm hứng đến, mà tự khơi dậy nó. Trong nghệ thuật, đó là hành động phá vỡ khuôn khổ, dám bộc lộ cá tính sáng tạo – "tấn công" những giới hạn thể loại, vượt ra ngoài vùng an toàn.

Một bài thơ, một truyện ngắn, một bức tranh – đều cần một "nước đi bất ngờ" để chạm vào cảm thức người tiếp nhận. Giống như Xe biết chọn đúng đường ngang dọc để xuất chiêu, người sáng tác cần sự sắc bén và bản lĩnh để tạo được cú đột phá.

Phòng thủ thông minh – giữ bản sắc

Xe không chỉ là mũi nhọn mà còn là "lá chắn". Trong nghệ thuật, biết giữ gìn bản sắc, giá trị cốt lõi của mình giữa muôn trào lưu – ấy là chiến lược phòng thủ khôn ngoan. Nhà văn không chạy theo thị hiếu rẻ tiền; nhà thơ không rơi vào khuôn rập ngôn ngữ thời thượng – chính là nhờ có "quân Xe" bảo vệ bên trong mình: bản thể sáng tạo.

Phối hợp và đồng hành – nghệ thuật cộng hưởng

Xe mạnh nhưng không thể chiến thắng một mình. Nó cần Pháo, Mã… như người viết cần cộng tác với người đọc, với phê bình, với không gian văn hóa. Biết kết hợp giữa bản thân và thời đại, giữa riêng và chung – đó là "nước cờ nhân văn" trong nghệ thuật.

2. Nghệ thuật như một ván cờ – và nhà thơ là người điều Xe

Nếu trong cuộc đời, mỗi người là một tướng lĩnh điều binh, thì trong văn chương nghệ thuật, người sáng tạo chính là người điều Xe. Không phải ngẫu nhiên mà quân Xe được xem như linh hồn chiến lược – cũng giống như thi sĩ hay họa sĩ là linh hồn của một nền văn hóa.

3. Từ chiến thuật sang thi pháp: *Ánh xạ vào văn chương*

Luôn luôn di chuyển đúng lúc, đúng chỗ

Cũng như trên bàn cờ – một nước Xe đi đúng thời điểm có thể xoay chuyển cục diện – thì trong sáng tạo, một câu thơ đúng lúc, một hình ảnh đắt giá đúng nơi, có thể mở ra tầng nghĩa mới. Đó là ***"trực giác chiến lược"*** – phẩm chất mà mọi nghệ sĩ chân chính đều rèn luyện.

Kiên nhẫn mà không trì hoãn

Xe không hấp tấp, nhưng cũng không đứng yên quá lâu. Nhà văn, nhà thơ cũng vậy – biết chờ thời cơ, biết im lặng khi cần, biết thâm canh tác phẩm mình đến tận "giọt cuối của cảm xúc". Đó là sự lặng lẽ, nhưng không buông bỏ; là điềm đạm, nhưng luôn chuẩn bị "ra Xe".

Chuẩn bị nước phòng thủ – sáng tác có chiều sâu

Người sáng tác không chỉ cần "chiêu thức tấn công" mà còn cần chiến lược phòng thủ nội tâm: chống lại phù phiếm, giữ cho mình khỏi bị rỗng hoác trong ánh hào quang ngắn hạn. Tác phẩm có chiều sâu là tác phẩm phòng ngừa được sự rạn nứt từ bên trong.

4. Sự cô độc – khoảng lùi chiến lược để điều Xe sáng tạo

Ở cuối bàn cờ tư duy là khoảng lặng – khoảng cô độc sáng tạo. Bạn đã mở ra một phần rất đẹp và quan trọng: vai trò của cô độc trong văn chương nghệ thuật. Trong thế cờ sáng tạo, đó là "phòng tuyến đặc biệt", nơi quân Xe không phóng đi mà rút về để dưỡng lực, kết tinh.

Sự cô độc giúp người thơ lùi vào bóng tối, để thấy được ánh sáng riêng. Nó là "men say lãng mạn", là suối nguồn của ngôn ngữ thổn thức, và là chốn thẩm sâu cho thi sĩ bước xuống nội tâm mình – rồi từ đó phóng vút lên bằng "đường đi ngang – dọc" của cảm hứng.

Kết luận :

Điều Xe – điều nghệ thuật – điều chính mình

Trong ván cờ của đời sống và sáng tạo, người biết điều Xe chính là người điều chính mình: b*iết lúc tiến, lúc lùi; lúc mở, lúc giữ; lúc đơn độc, lúc hòa hợp. Văn chương, cũng như cờ tướng, cần sự tỉnh táo của chiến lược, và sự say đắm của cảm xúc.*

Quân Xe là biểu tượng không chỉ cho sức mạnh di chuyển, mà cho chính phẩm chất cần thiết của người nghệ sĩ đích thực:

Khả năng làm chủ không gian tâm hồn,
Dũng khí khai mở thế trận sáng tạo,
Tinh thần phối hợp và cống hiến,
Và sự tĩnh lặng trong chiến lược nghệ thuật.

TRĂNG TIỀN PHƯƠNG

Viết trong niềm cô độc ngây ngất, như một thế cờ Xe đang lặng lẽ chuẩn bị nước đi cuối cùng.(tặng Hờ, Dọi, Nhạc, mê cờ tướng hơn mê mỹ nhân)

PHẦN BỔ SUNG: *Trích dẫn văn học Việt & quốc tế minh họa cho tinh thần "quân Xe" – chiến lược sáng tạo trong văn chương nghệ thuật*

1. Văn học Việt Nam

Nguyễn Du – Truyện Kiều:

"Khi tỉnh rượu, lúc tàn canh
Giật mình, mình lại thương mình xót xa."

Câu thơ là một biểu hiện thâm sâu của nội tâm cô độc sáng tạo, nơi nhân vật – và chính Nguyễn Du – tự "quay Xe về thủ" để chiêm nghiệm nhân thế. Trong nghệ thuật, đây là lúc người sáng tác lùi về để lấy đà, để không rơi vào hư vô phù phiếm.

Nguyễn Huy Thiệp – Tướng về hưu:

"Người ta không sợ cái xấu, người ta sợ cái đúng."

Người nghệ sĩ cũng như quân Xe, phải can đảm ra chiêu đúng lúc, nói lên những điều đúng đắn trong xã hội, dù điều đó gây áp lực. Đây chính là nước cờ tấn công chiến lược, nhằm thức tỉnh nhận thức và làm lay chuyển hiện thực.

Bùi Giáng:

"Tôi dâng tất cả cho thơ
Còn ai giữ lại bây giờ là ai?"

Câu thơ biểu trưng cho nước cờ dốc hết tâm thế để nhập cuộc sáng tạo, chấp nhận đơn độc, không "giữ lại gì" – như quân Xe tung mình ra trận.

2. Văn học quốc tế

Rainer Maria Rilke – *Letters to a Young Poet:*

"What is necessary, after all, is only this: *solitude, vast inner solitude. Going into yourself and meeting no one for hours.*"

*Tư tưởng của Rilke chính là lời minh định cho cô độc như một "**địa bàn riêng**" cho người sáng tác* – như quân Xe, cần có hành lang riêng để phát lực. Đây là phòng tuyến sáng tạo, nơi hình thành tư duy mới.

Virginia Woolf – *A Room of One's Own:*

"A woman must have money and a room of her own if she is to write fiction."

Câu nói kinh điển này là một chiến lược: *muốn sáng tạo, cần không gian kiểm soát – như quân Xe cần đường dọc ngang thông thoáng để phát huy. Không gian sáng tác chính là chiến lược sinh tồn nghệ thuật.*

Fyodor Dostoevsky – *Notes from Underground: man."*

Đây không chỉ là độc thoại tâm lý, mà còn là nước cờ phòng thủ – **khai mở chiều sâu nội tâm**. *Dostoevsky giống như một quân Xe rút sâu vào lãnh thổ mình để phản công bằng triết học và tự nghiệm.*

TRĂNG TIỀN PHƯƠNG

Aug 12/24 supplements 19/24 at 9:00

MỘNG YÊN HÀ
Bốn Bản Tình Ca Gửi Nàng Thơ

I. Mộng Khói Hương Tình

Tôi thắp gió cho lò hương em cháy,
Mỗi tàn tro là một giấc chưa thành.
Em lay lắt như mùa thu sương khói
Tôi lạc tầng mây, tự hỏi trời xanh.

Tôi gõ nhịp lên vành môi em khép,
Ơi âm vang là nỗi nhớ vô hình!
Tôi thiếp ngủ theo hàng mi em mỏi,
Thơ tình em thả dấu lặng đinh ninh!

II. Gương Trăng

Em lặng lẽ như vầng trăng nép cửa,
Tôi soi mình theo nắng ửng ngoài hiên
Nét mày em cong như đường thi pháp,
Chạm một lần, tôi lạc giữa vô biên.

Giấy còn trắng, mực còn chưa kịp nhỏ
Tôi ngồi buồn, nhớ sợi tóc em bay.
Em viết mãi thêu vầng trăng trong chữ,
Tôi lặng thầm làm bóng dưới nguyệt say.

III. Khúc Tình Không Gửi

Tôi từng viết trăm lần tên em xuống,
Rồi xóa đi như thể giấu tình riêng.
Thơ tôi mọc, mà tình không dám ngỏ,
Mỗi chữ yêu một cuồng sóng u nhiên.

Em vẫn đó – kiêu sa và rực rỡ,
Như mộng trời không giáng xuống trần ai.
Tôi giữ lấy một vầng trăng đã cũ,
Soi mỗi đêm vào vở ướt sương dài.

IV. Lời Cuối Trên Cổ Thi Ca

Tôi chỉ là lời buồn trong cổ khúc,
Em ngân vang như giai điệu thiên thần.
Tôi làm dấu lặng buồn trên trang nhạc
Để em bay giữa vòm chữ vô ngần.

Nếu có kiếp nào tôi xin làm cung phím,
Em hãy đàn bài độc tấu riêng tôi, em ...
Tôi nằm yên, như nốt trầm ru phút cuối,
Biết em quên… tôi vẫn muốn êm đềm.

MỘNG YÊN HÀ

NGƯỜI SÔNG HẬU

KÝ ỨC MỘT DÒNG SÔNG

Lịch sử đã từng là đường đi không đến
Gieo toàn đau thương và thù hận
Máu và nước mắt trôi đi
Vun bón đất đai thêm mầu mỡ
Gieo từ đó mầm xanh bất tử.

Số phận đâu phải dấu lăn trầm mỏng manh
Đi qua bao miền đất khổ
Vang lời kinh thú tội
Tương tư hạt trầm tích phù sa
Hồn ám từng giấc mơ mê muội.

Tình yêu một thời treo cánh buồm thương nhớ
Theo sóng trôi hoài biệt tích
Ai giữ được ngăn đời khói sương mờ mịt
Bên lỡ bên bồi
Phù sa lấp dần những nỗi đau chia cắt.

Ký ức trôi như một dòng sông
Thành ngọn gió ùa về
Đứng hai bên bờ chiến tuyến
Hiện lên bao số phận
Bên nầy và bên kia.

Có thể nào tìm lại
Tuổi thanh xuân một thời đánh mất
Bạn có tin không
Bao yêu thương hận thù đi qua cuộc đời mỗi người
Đã thành vết hằn trên cánh đồng ký ức
Vĩnh viễn không xóa được
Vĩnh viễn.

NGƯỜI SÔNG HẬU

NGUYỄN AN BÌNH
NHỚ ĐÀ LẠT SƯƠNG CHIỀU

Nhớ Đà Lạt – Nhớ Việt Nam
Nhớ màu sương tím Tuyền Lâm thật đầy
Nhớ dốc làng một sớm mai
Quán cà phê nhỏ - rộn bài tình ca.

Tìm trong mây khói quê nhà
Dấu chân mình đã rời xa mất rồi
Cám ơn người đã vì tôi
Ngồi nghe sông hát những lời nhớ thương

Nhớ Đà Lạt – Nhớ chiều sương
Nắng qua Đức Trọng - Đơn Dương mưa chiều
Về đâu phố thị hắt hiu
Mùa trăng cổ độ lạc nhiều chiêm bao.

Tìm trong sợi tóc hư hao
Đi trong gió bụi bạc màu thu phai
Thương người ở lại đêm nay
Loanh quanh chợ cổ những ngày mưa bay.

Nhớ Đà Lạt – Nhớ bờ vai
Bên hồ thạch thảo còn ai đợi chờ
Lên đồi hái trái mộng mơ
Trao nhau nhẫn cỏ bên bờ tương tư.

NGUYỄN AN BÌNH

QUẢNG XUÂN
KẺ RỜI GA

Chỉ một thoáng không gian vào cô đọng
Tâm bình yên hơi thở tâm bình yên
Mỗi mình tôi và cái bóng của tôi
Đêm tịch lặng thế giới đều im lặng

Nghe vô thường đang rụng giữa hư không
Nghe danh sắc đang trôi vào dĩ vãng
Tàu thời gian có bao giờ dừng lại ?
Kẻ rời ga …gửi lại …chút ân tình.

June 26th 2025

MỘT ĐÓA MAI

Xuân về hoa nở lá xôn xao
Vẳng tiếng chim ca điệu ngọt ngào
Trong mái nhà êm đời vẫn đẹp
Nghe từng nhịp thở vút thanh tao

***

Thoảng gió đưa từ đâu vọng lại
Gợi tình lữ thứ bước khoan thai
Ngẫm lại đời vui nào có mấy
Yêu thương hoàng sáng buổi ban mai

***

Thủa ấy em tôi dáng trang đài
Tim yêu nhảy nhót chốn thiên thai
Bây chừ dáng ấy…mờ sương khói
Nhưng vẫn lòng tôi …một đóa mai .

QUẢNG XUÂN
June 22th 2025

TRẦN QUANG CHÂU
BA MƯƠI LĂM NĂM

Ba mươi lăm năm nằm trong trái kén
Hoá thạch thân tằm ủ kín thời gian
Tôi đã lỡ một đời vui đánh mất
Bởi vì em cầm nguyệt đã thuyền sang

Ba mươi lăm năm ngoảnh đầu nhìn lại
Mắt mù lòa đom đóm lập loè bay
Thấy khanh tướng công hầu bên yến tiệc
Tiễn người đi ra biên ải lưu đày

Ba mươi lăm năm bàn chân gỗ mục
Vội vã bước qua bao xác gia tài
Thấy thành quách rêu phong màu cổ lục
Có mẹ ngồi cúi mặt khóc em trai

Ba mươi lăm năm dày vò kinh sử
Tiêu hoang cuộc tình trong chốn phù hoa
Ba mươi lăm năm gục gặt bước mà
Chiếc hàm thiếc chưa rời xa miệng ngựa

(2010)
TRẦN QUANG CHÂU

NGUYỄN HỒNG LINH

THU XA

Sao người nỡ giết chết mùa thu cũ
Để lá vàng buồn rũ góc trời phai
Tìm lại gì? Đời chẳng có ngày mai
Lời tiễn biệt nghe dài thêm nỗi nhớ

Tiếng côn trùng rưng rức sầu than thở
Mưa nửa đêm tan vỡ ước mộng ngà
Tháng Mười về nắng đã vội chia xa
Giấu cô đơn ngày qua buồn lặng lẽ

Người lạc bước trái tim em quặn xé
Con đò trôi khúc rẽ gió hoang mang
Dấu tình nồng đã chìm vào dĩ vãng
Đi về đâu ngày tháng bỗng xa xăm

Còn lại gì? Lời gió hát buồn căm
Ru niềm đau lặng thầm thu gục ngã
Bờ bến yêu thuở nào xin từ tạ
Phận bọt bèo rệu rã giấc mơ hoang…

NGUYỄN HỒNG LINH

TÔN NỮ MỸ HẠNH
TRƯỚC KHUNG CỬA MÙA THU

Tôi về qua lối thu xưa
Xem mùa hoa cúc vàng chưa hỡi người
Ngập ngừng nhặt chiếc lá rơi
Nhớ ơi áo trắng một trời tương tư.

Thời gian có lúc - hình như
Chậm giây phút níu cơn mưa giao mùa
Có người ngơ ngẩn sớm trưa
Thành con bướm trắng cợt đùa soi gương.

Tôi về qua ngõ thu sương
Một ngày tháng chín tan trường ngang đây
Vu vơ chân bước đường dài
Người đâu trộm gởi thơ dài ghé theo.

Điệu đàng ánh mắt trong veo
Ngây thơ như gió nhẹ reo cành đào
Chân người chưa kịp đợi nhau
Hương thầm bất chợt lạc vào đám đông.

TÔN NỮ MỸ HẠNH

LÂM BĂNG PHƯƠNG

Tịch Dương

Em đi…
bỏ lại
mùa phai
Lá rơi
từng cánh
lắt lay trong chiều
Em đi…
nắng vỡ hạt phiêu
Bên thềm
hiu quạnh
rong rêu phủ màu.

Em đi…
khuấy động miền nhau
Lối xưa
cau rụng
lá trầu xác xơ
Em đi…
tôi lỡ chuyến đò
Bến sông gợn sóng
đôi bờ cùng đau.

Em đi…
cơn gió rít sầu
Câu thơ
rớt xuống
nghiêng chao giọt vàng
Em đi…
để lại
dở dang
Bài thơ tôi viết
nhuộm màng
tịch dương

LÂM BĂNG PHƯƠNG

LÊ KHÁNH NHÂM
TÔI KHÓC

Thu cũ còn vương tóc
Hoa rụng, tim rưng rưng
Tôi ngồi gom tiếng gió
Gọi tên ai cuối cùng

Người từng chạm môi lạnh
Bảo tình đẹp vì đau
Hoa sim rơi máu thắm
Tựa tim vừa nát nhàu

Tôi cười, không tin vỡ
Ngỡ yêu là thiên thu
Một chiều người quay gót
Hoa tan trong sương mù

Lấy chồng như câm lặng
Sống bên mà rất xa
Mỗi đêm lòng co thắt
Nghe hoa rơi không nhà

Chiều nay xem truyện cũ
Chợt nhói câu tim hồng...
Nếu người hay tôi khóc
Chỉ một người... còn không?

LÊ KHÁNH NHÂM
5/5/2025

NGÃ PHƯƠNG HUYỀN
MỖI KỲ VỚI CA KHÚC MỚI SÁNG TÁC
Thư Tòa soạn

Quí thân hữu và độc giả thân mến...

Đã bao lần có sự đề nghị về việc mở ra một tiết mục quan trọng có liên quan đến lãnh vực văn hóa, nghệ thuật nói chung … đó là: "*Mỗi Kỳ Với Ca Khúc Mới Sáng Tác*" … Nhưng BBT/VHM nhận thấy rằng việc đó mang tính "nhạy cảm", là dễ gây ra những ngộ nhận, không khéo sẽ đưa đến những "mất lòng" nhau một cách khó biện giải trong nội hay ngoại giới!!. Vì thế, chúng tôi đã khép lại những đề nghị như đã nêu trên…

Nhưng lại một lần nữa được mở ra với những đề nghị cũ… do từ một cơ duyên rất "may mắn" là từ những dây mơ rễ má của tình thâm thân hữu, dẫn đến một niềm vui và hạnh phúc khôn tả, đó là được: Nhạc sĩ Từ Công Phụng phổ bài thơ: "Người Muôn Thuở" của tôi thành nhạc, với tên mới "*Gửi Người Muôn Thuở*" (Bài thơ này của tôi nằm ở trang 156-157 trong tập thơ "*Anh Biết, Em Yêu Dấu*" được Nhà sách Tự Lực xuất bản & phát hành năm 2001…

Từ những yếu tố "*kích hoạt*" như kể trên, chúng tôi quyết định thực hiện ngay "*Mỗi Kỳ Với Ca Khúc Mới Sáng Tác*" " bao gồm đăng một, hai sheet nhạc và những bài viết về âm nhạc mang tính nghiên cứu, thảo luận, kể cả những tản mạn đóng góp vào loại hình nghệ thuật dùng âm thanh để diễn đạt, mang nặng tính quần chúng đám đông hơn cả này !! Tiểu mục do **Ngã Phương Huyền phụ trách** ...

Thưa quí thân hữu ...

Thật lòng mà nói rằng, mọi thứ trên đời đều không vượt thuyết tương đối … Việc tương tác thuần tính công tâm, bình đẳng cũng chỉ vững vàng được trong chủ quan đầy niềm tự tin, mới mong mạnh bước với những diễn tiến tốt đẹp, mang niềm vui và hạnh phúc đến với mọi người…

Trân trọng.

* Kỳ thứ **XIV**

1/ Em Có Về Như Những Cơn Mưa - Edit_Thơ Hà Nguyên Du_Nhạc Trần Duy Đức

2/ Khi Bước Tình Đi Qua - Edit _thơ _Hà Nguyên Du_Nhạc Trần Duy Đức

3/ Người Muôn Thuở_thơ _Hà Nguyên Du_Nhạc Trần Duy Đức

4/ Độc Hành Ca_Nhạc & Lời Nguyên Minh

EM CÓ VỀ NHƯ NHỮNG CƠN MƯA

Thơ Hà Nguyên Du
Trần Duy Đức
soạn thành ca khúc

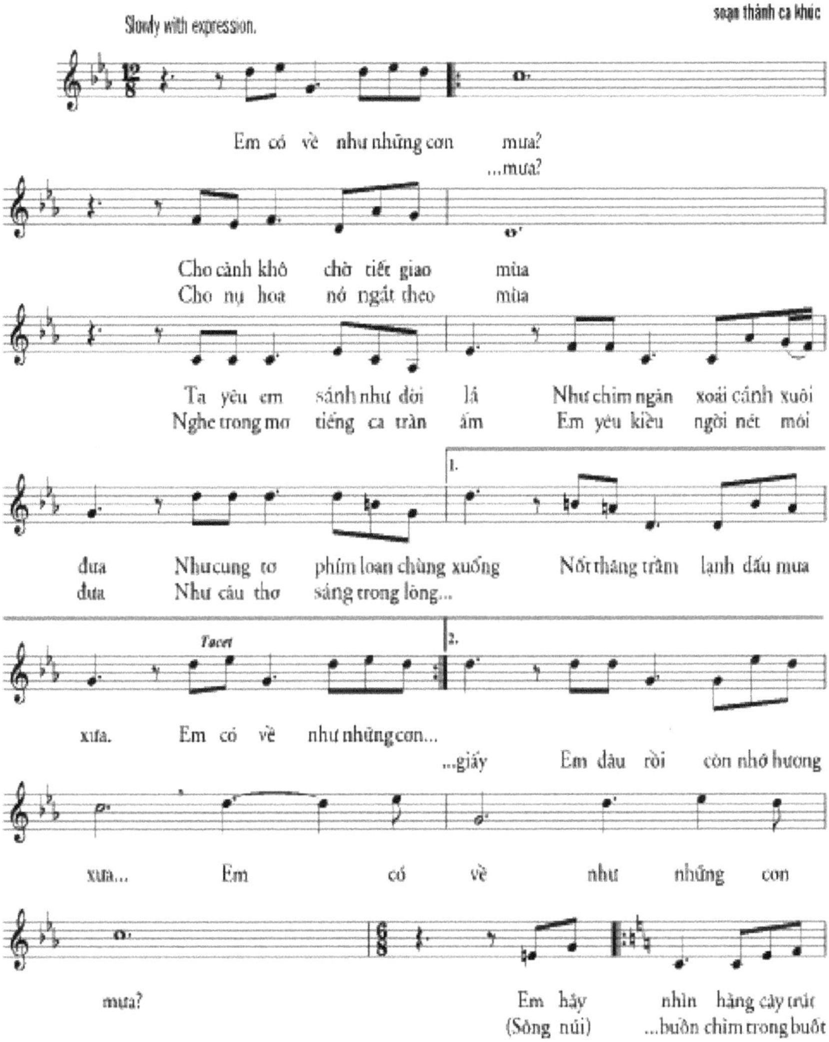

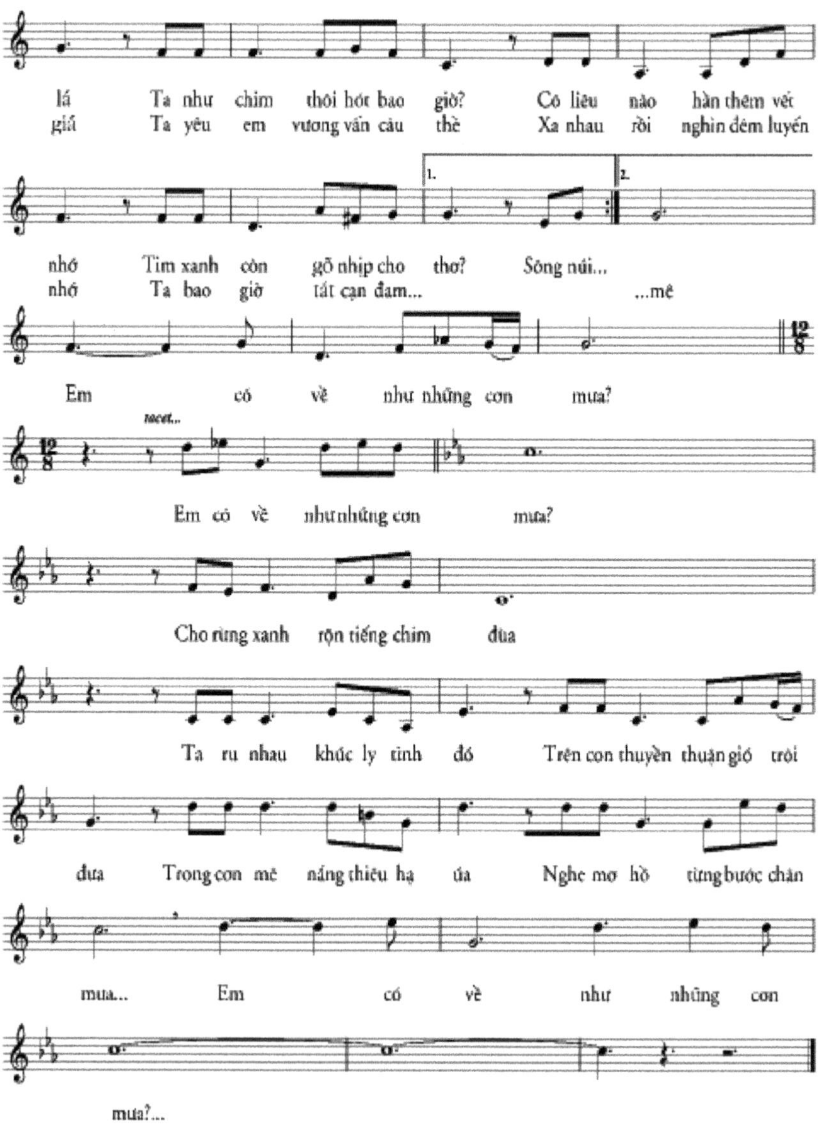

Santa Ana, California 04/1999.

Khi Bước Tình Đi Qua

Thơ Hà Nguyên Du
Nhạc Trần Duy Đức

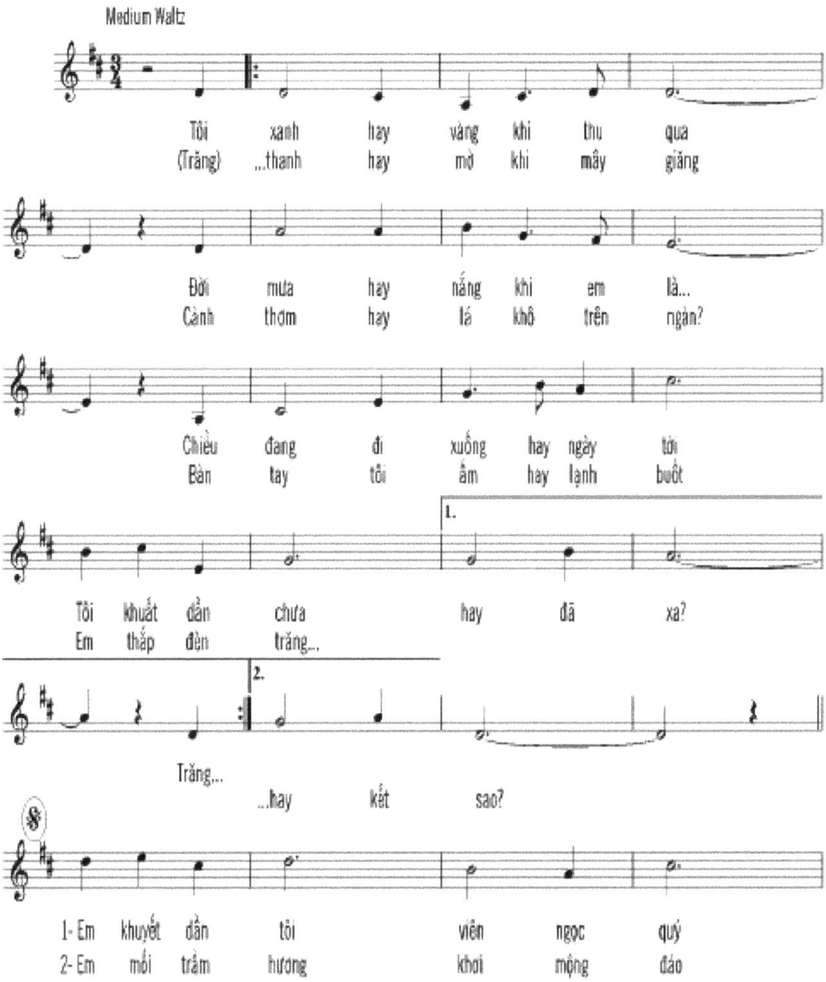

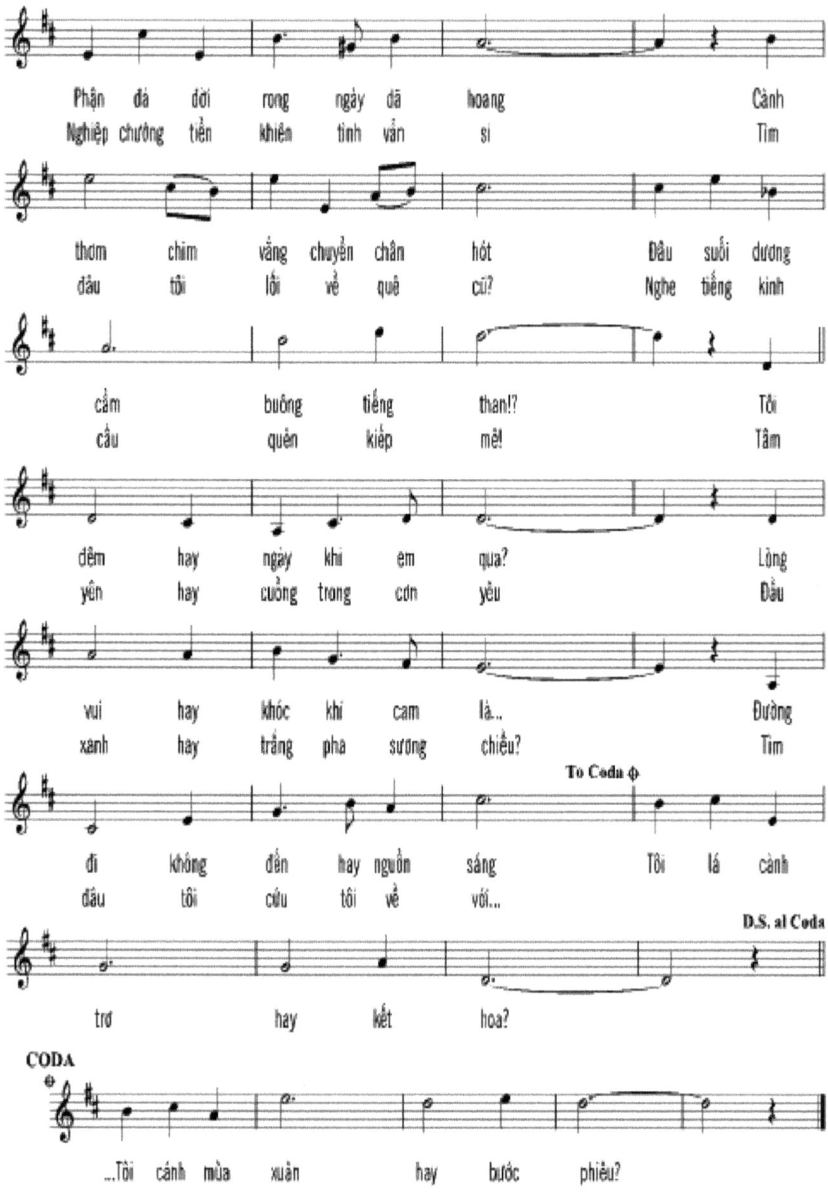

 Santa Ana, California 06/1997

Người Muôn Thuở

Thơ Hà Nguyên Du
Nhạc Trần Duy Đức

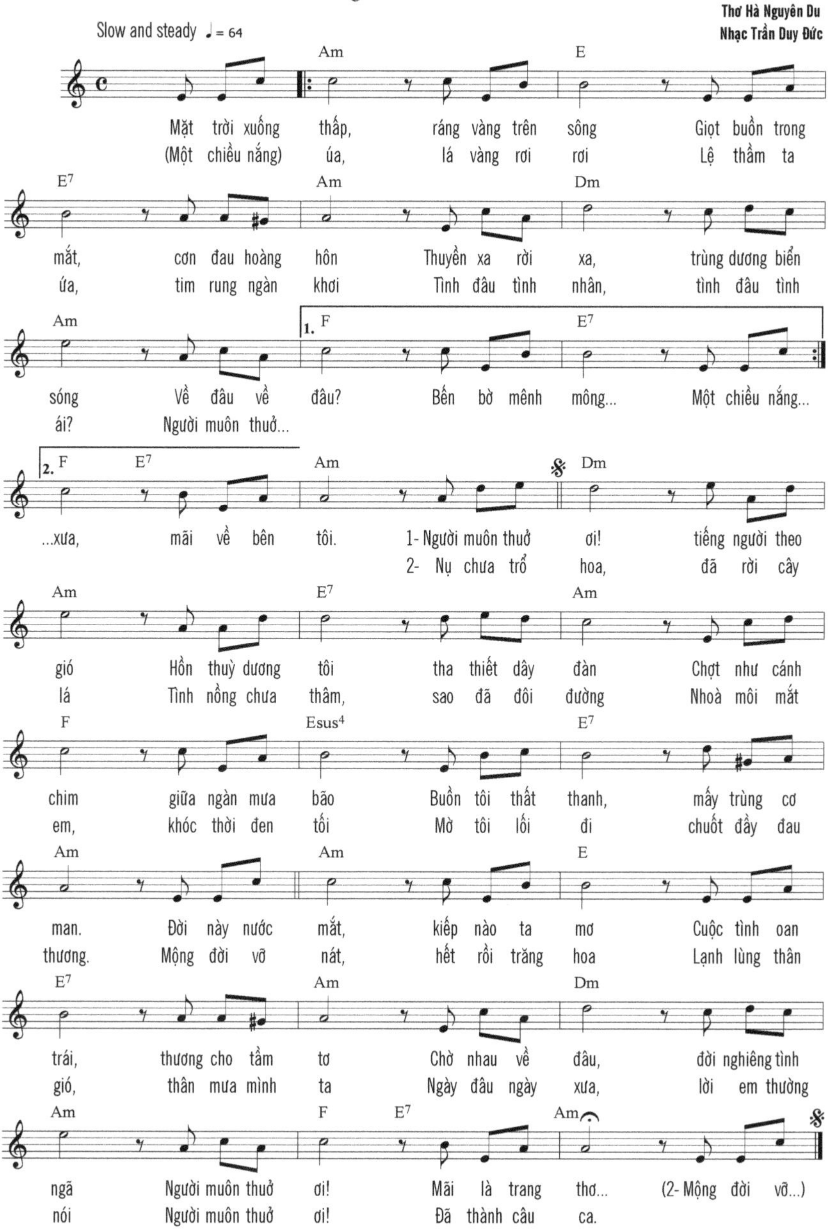

Độc hành ca

Nguyên Minh

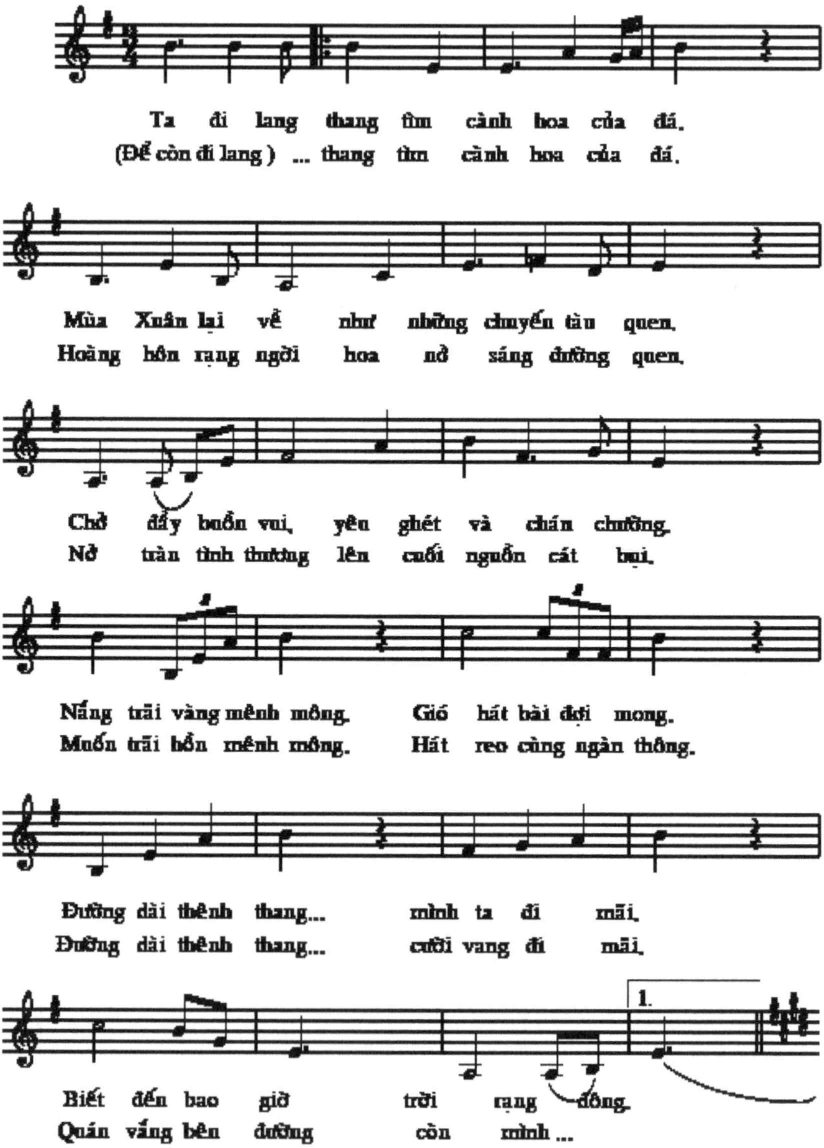

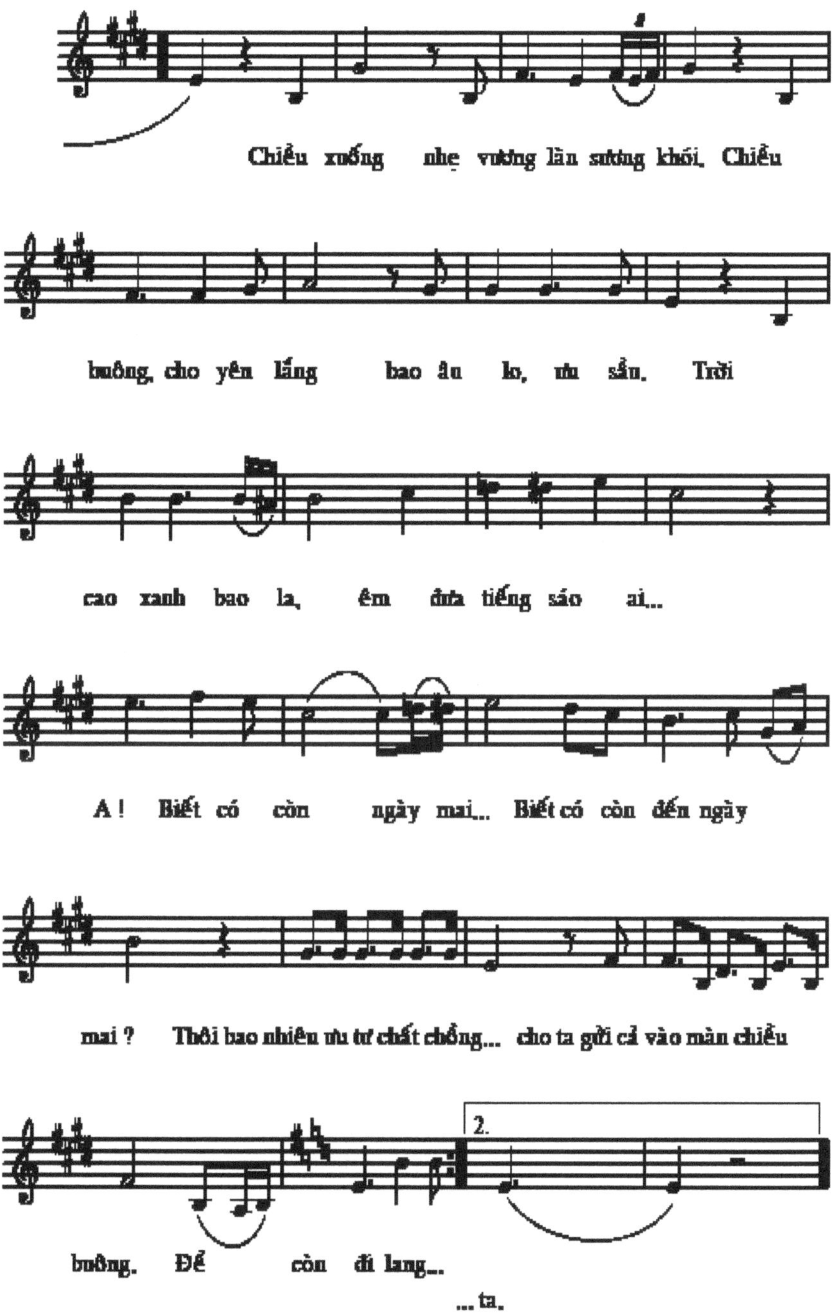
Chiều xuống nhẹ vương lần sương khói. Chiều
buông, cho yên lắng bao âu lo, ưu sầu. Trời
cao xanh bao la, êm đưa tiếng sáo ai...
A ! Biết có còn ngày mai... Biết có còn đến ngày
mai ? Thôi bao nhiêu ưu tư chất chồng... cho ta gửi cả vào màn chiều
buông. Để còn đi lang...
2.
... ta.

NHẬT KÝ VĂN HỌC

Trần Văn Khê – Một Đời Với Âm Nhạc Dân Tộc

(Bài nghiên cứu – tưởng niệm)

Dẫn Nhập

Trên hành trình lưu giữ và nâng cao bản sắc văn hóa Việt Nam trong thế kỷ hiện đại, ít có tên tuổi nào gắn bó sâu sắc, bền bỉ và tỏa sáng như Giáo sư – Tiến sĩ Trần Văn Khê. Ông không chỉ là nhà nghiên cứu âm nhạc dân tộc uyên bác, mà còn là sứ giả văn hóa Việt Nam giữa lòng thế giới. Suốt cuộc đời, Trần Văn Khê đã hiến dâng cho sự nghiệp bảo tồn, truyền bá và khẳng định giá trị nghệ thuật truyền thống của dân tộc — từ nhã nhạc cung đình Huế, ca trù, đờn ca tài tử, đến các thể loại dân ca ba miền.

I. Tiểu sử – Hành trình một đời người và một đời nhạc
Sinh năm 1921 tại Mỹ Tho (nay là Tiền Giang), trong một gia đình có truyền thống âm nhạc: cha là nhạc sĩ Trần Văn Huyến, em là Trần Văn Trà, con là Trần Quang Hải – tất cả đều có liên hệ mật thiết với dòng chảy âm nhạc dân tộc.

Du học tại Pháp từ những năm 1950, đỗ Tiến sĩ Văn khoa tại Đại học Sorbonne – với luận án "Âm nhạc truyền thống Việt Nam", được đánh giá cao tại quốc tế.

Là thành viên thường trực của UNESCO, và giảng dạy tại nhiều đại học danh tiếng trên thế giới.

Sau năm 2000, về sống tại TP.HCM, tiếp tục thuyết giảng, viết sách, truyền cảm hứng cho thế hệ sau về âm nhạc dân tộc.

II. Những cống hiến lớn cho âm nhạc dân tộc Việt Nam
Khẳng định vị trí âm nhạc dân tộc Việt Nam trên thế giới

Ông là người đầu tiên giới thiệu nhạc lễ cung đình Huế, ca trù, đờn ca tài tử... trong bối cảnh học thuật quốc tế – tạo nền tảng cho việc UNESCO công nhận những di sản này sau này.

Làm cầu nối học thuật Đông – Tây

Ông tiếp cận âm nhạc dân tộc với phương pháp khoa học hiện đại, kết hợp tri thức phương Tây với tinh thần Á Đông. Trong các công trình của mình, ông luôn nhấn mạnh triết lý nhân sinh, tâm linh, lễ nghi của người Việt trong từng làn điệu.

Di sản nghiên cứu và giáo dục

Viết hơn 200 bài báo khoa học, tiểu luận và sách về âm nhạc Việt Nam.

Một số tác phẩm tiêu biểu:

La musique vietnamienne traditionnelle (Âm nhạc truyền thống Việt Nam)
Tìm hiểu nhạc truyền thống Việt Nam
Hồi ký Trần Văn Khê (4 tập)

Là người thầy tinh thần cho nhiều lớp học trò, trong đó có những tên tuổi lớn như GS.TS Trần Quang Hải, NSND Bạch Tuyết, NSND Kim Sinh…

III. Tư tưởng và nhân cách của một "nhà sư âm nhạc"

Trần Văn Khê luôn giữ cốt cách khiêm cung, uyên bác, đạo hạnh, xem âm nhạc không chỉ là nghệ thuật mà là một đạo sống, nơi lưu giữ tinh thần, phẩm giá, hồn dân

Ông từ chối danh vọng vật chất, không màng chức vụ để giữ gìn toàn vẹn cho con đường học thuật.

Câu nói bất hủ: ***"Tôi không chỉ là người nghiên cứu âm nhạc, tôi là một phần của âm nhạc Việt Nam."***

NHẬT KÝ VĂN HỌC

IV. Về cõi – nhưng còn mãi

Giáo sư Trần Văn Khê từ trần ngày 24 tháng 6 năm 2015, để lại nỗi tiếc thương sâu sắc cho cả cộng đồng văn hóa – học thuật trong và ngoài nước.

Căn nhà của ông tại TP.HCM nay được gìn giữ như một "bảo tàng sống" về âm nhạc dân tộc.

Tên tuổi của ông sống mãi cùng sự sống của đờn ca tài tử, hát xẩm, chầu văn... – những thứ từng bị lãng quên, nhưng nay đã được hồi sinh và tôn vinh.

Kết luận – Mở

Trần Văn Khê không chỉ là một nhà nghiên cứu âm nhạc, mà còn là hiện thân của tâm hồn Việt, một "người gìn giữ hồn vía dân tộc bằng tiếng đàn và tiếng nói học thuật." Trong thế giới hiện đại, khi các bản sắc văn hóa dễ bị bào mòn, tư tưởng và di sản của ông là một nguồn lực tinh thần không thể thiếu. Viết về Trần Văn Khê là không chỉ để tưởng nhớ một cá nhân, mà để tiếp tục một hành trình bảo vệ cái đẹp cổ truyền giữa dòng chảy hiện đại hóa toàn cầu.

Phụ lục

Trích dẫn:

"Âm nhạc dân tộc không chết. Chỉ cần người Việt còn thở, là còn tiếng đàn tranh, còn giọng ca dao."

Tài liệu tham khảo chính:

Hồi ký GS.TS Trần Văn Khê (NXB Trẻ)
Trang chính thức của GS Trần Văn Khê
UNESCO Vietnam Archives
Bài viết của Trần Quang Hải và các đồng sự

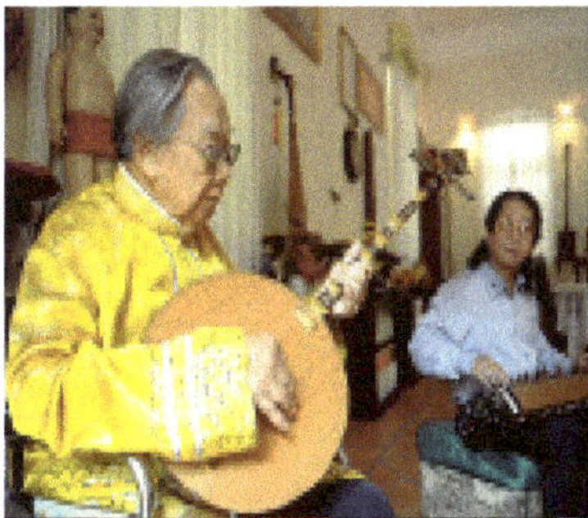

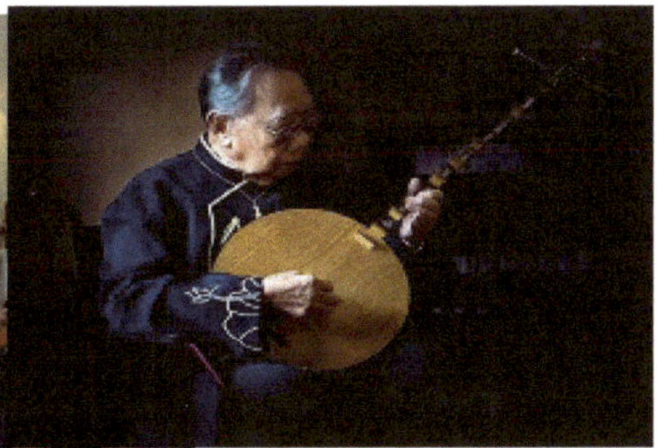

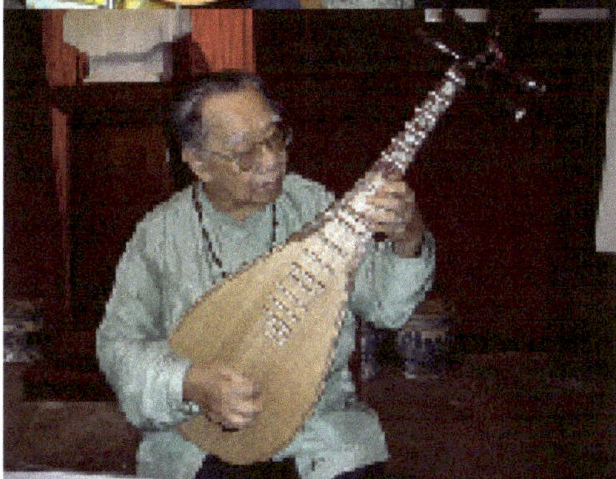

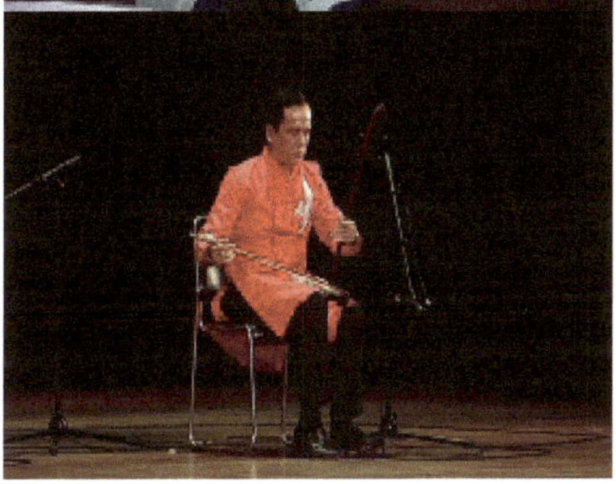

NHẬT KÝ VĂN HỌC

Dưới đây là các **sự kiện văn hóa – nghệ thuật nổi bật tháng 7/2025, cả trong nước và quốc tế, được cập nhật mới nhất:**

Quốc tế

• **Edinburgh Festival** (Scotland, từ 2 đến cuối tháng)

Lễ hội biểu diễn đa dạng: múa, xiếc, kịch… với các vở nổi bật như "Because You Never Asked", "Wolf", "Venus 2.0"… gợi mở các vấn đề xã hội như quyền LGBTQ+, môi trường và quyền lực .

• **Smithsonian Folklife Festival** (Washington, D.C., 2–7/7)

Chủ đề "Youth and the Future of Culture", tập trung cuộc sống tuổi trẻ qua âm nhạc, nghệ thuật đường phố, skateboarding, đến những trăn trở về bản sắc và tự do ngôn luận .

• **Galway International Arts Festival (Ireland, 14–27/**7)

Hội tụ nghệ sĩ, diễn viên, nhạc sỹ, nhà văn quốc tế, dàn kịch đặc sắc kỷ niệm 50 năm Druid Theatre và sự trở lại của Sophie Ellis-Bextor .

• **Playtime Music Festival** (Mông Cổ, 3–6/7)

Lần đầu tổ chức tại Ulaanbaatar với 7 sân khấu, hơn 70.000 lượt khách, trình diễn nhiều thể loại từ rock, hip-hop đến world music .

• **FOLKWAY** - *International Cultural Festival (Hy Lạp, 18–21/7)*

Lễ hội văn hóa đầu tiên tại Thessaloniki, quy tụ các nhóm ca múa dân gian toàn cầu, nhấn mạnh tính chân thực và đa văn hóa .

• **24th New York Asian Film Festival** (NYAFF, 11–27/7)

Với hơn 100 phim châu Á, 8 buổi ra mắt thế giới, chủ đề "Cinema as Disruption", khám phá những ngách điện ảnh phá cách.

• 8th Malaysia International Film Festival (19–27/7, Kuala Lumpur)

Chủ đề "INFINITY", trình chiếu & trao giải phim quốc tế, kết hợp Liên hoan Phim châu Âu .

Lần đầu tiên tổ chức, quy tụ hơn 100 gallery quốc tế từ New York, London, Tokyo… trưng bày đa dạng từ hội họa, sculpture đến nghệ thuật kỹ thuật số .

• **Festival Văn hóa "Visit Vietnam Year – Huế 2025** (miền Trung, suốt tháng 7)

Chuỗi sự kiện: *trình diễn nghệ thuật sông Hương, múa rồng, music drones, lễ kỷ niệm 50 năm giải phóng Huế với hơn 800 nghệ sĩ tham gia .*

• **"Hue Ao dai"** Community Week (Huế, đầu tháng 7 tiếp diễn) Tiếp nối chương trình ngày 6/6, tuần áo dài cộng đồng gồm biểu diễn, diễu hành, triển lãm chế tác hoàn chỉnh .

• **"Nha Trang Say Hi"** – chương trình văn hóa du lịch biển Khánh Hòa . Nhiều đêm nhạc biển quốc tế – carnival xuyên tháng 7 tại Nha Trang .

• ***"The Beauty of Vietnam" tại EXPO 2025 Osaka*** *(Nhật, kéo dài đến hết tháng)*

Biểu diễn âm nhạc dân tộc (đàn bầu/tranh), múa yōsakoi, quan họ… tiếp nối chuỗi hoạt động văn hóa tại EXPO

• **Taste of Vietnam Festival tại Toronto** *(Canada, 24–26/7)*

Lễ hội ẩm thực – thời trang – âm nhạc Việt – Canada miễn phí, có biểu diễn áo dài, nhạc truyền thống, nâng cao nhận thức chống buôn người .

Điểm nổi bật

Tiêu điểm Nội dung

Đa dạng thể loại Từ nghệ thuật truyền thống, triển lãm mỹ thuật, âm nhạc đại chúng đến lễ hội quốc tế.

Sự giao thoa quốc tế Việt Nam và quốc tế cùng giao lưu âm nhạc, múa, điện ảnh, thời trang…

Đối tượng rộng Hướng tới nhiều lứa tuổi: thanh thiếu niên (Folklife), gia đình (Taste of Vietnam), cộng đồng diaspora.

Toàn BBT và quý cộng tác viên tạp chí VĂN HỌC MỚI :

Vô cùng tiếc thương: Điêu Khắc Gia NGUYỄN THANH THU

Nguyễn Thanh Thu tên thật là Nguyễn Văn Thu, sinh ngày 29 Tháng Giêng, 1934 tại Bình Hòa, quận Gò Vấp, tỉnh Gia Định. **Điêu khắc gia Nguyễn Thanh Thu, tác giả bức tượng "Thương Tiếc" đặt trước Nghĩa Trang Quân Đội Biên Hòa, vừa từ trần lúc 2 giờ 45 phút chiều Thứ Ba, 6 Tháng 5 tại Sài Gòn, hưởng Thượng thọ 92 tuổi.**

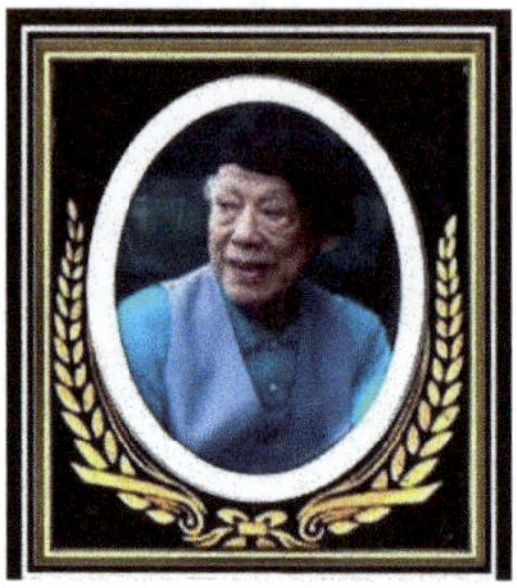

BBT Tạp chí Văn Học Mới & quý cộng tác viên - Thành kính chia buồn với gia đình và toàn tang quyến ... Cầu hương linh Điêu Khắc Gia sớm siêu thoát, an lạc cõi vĩnh hằng.!!

Hoàng Ân, Nguyễn Lương Ba, Nguyễn Thị Thanh Bình, Phạm Quốc Bảo, Nguyễn An Bình, Hoàng Chính, Lâm Chương, Khaly Chàm, Ngọc Chuyển, Nguyên Cẩn, Quyên Di, Đông Duy, Phan Hạ Du, Viên Dung, Triều Hoa Đại, Phạm Xuân Đài, Đào Trung Đạo, Nguyễn Tiến Đức, Trần Duy Đức, Trần Vạn Giã, Vũ Uyên Giang, Truong Vu Giang, Hạ Quốc Huy, Thái Tú Hạp, Ngã Phương Huyền, Nguyễn Trung Hối (Phương D Faria),Mộng Yên Hà, Phan Tấn Hải, Trần Việt Hải, Nguyễn Thị Hồng Hải, Lê Hữu, Trần Yên Hòa, Kimchi Hoàng, Lê Văn Hiếu, Nguyên Hà, Người Sông Hậu, Khế Iêm, Đỗ Kh, Nguyễn Vy Khanh, Doãn Khánh, Lê Trúc Khanh, Sa Chi Lệ, Mã Lam, Khánh Lan, Nguyễn Thị Ngọc Lan, Nguyễn Đình Từ Lam, Ca sĩ Thanh Lan , Nguyên Lê, Nguyễn Vĩnh Long, Trần Dạ Lữ, Lê Tuyết Lan, Vạn Lộc, Miêng, Phan Thành Minh, Chu Vương Miện, Tràm Cà Mau, Nguyên Minh, Phan Thành Minh, Ngô Nguyên Nghiễm, Chu Thụy Nguyên, Cổ Ngư, Nguyễn Thị Ngọc Nhung, Huỳnh Liễu Ngạn, Minh Nguyễn, Quang Nguyễn, Dũng Nguyên, Quỳnh Nga, Trần Thoại Nguyên, Nguyễn Quang Nhạc, (Trần Văn Nam - Thu Nguyen), Nhật Nguyễn, Nguyễn Minh Nữu, Cao Mạc Niệm, Lê Khánh Nhâm, Phan Tưởng Niệm, Đức Phổ, NP Phan, Nguyễn Nguyên Phượng, Mai Văn Phấn, Tiểu Lục Thần Phong, Hoài Phong, Chu Giang Phong, Tùy Phong, Từ Công Phụng, Hạ Đỏ Bích Phượng, San Phi, Bạch Xuân Phẻ, Lâm Bằng Phương, Lữ Quỳnh, Nguyễn Văn Sâm, Hoàng Xuân Sơn, Tân Sinh, Nguyễn Minh Triết, Phan Ni Tấn, Trần Văn Tích, Nguyễn Đức Tùng, Khánh Trường, Ngự Thuyết, Thành Tôn, Thu Thuyền, Phan Thị Trọng Tuyến, Lê Hưng Tiến, Lê Hữu Minh Toán, Xuân Thủy, Bích Thủy, Nguyễn Kiến Thiết, Huỳnh Viết Tư, Phạm Hồng Thái, Nguyễn Thanh Tuấn, Tuệ Tâm, Tuệ Trung, Trần Quý Trung, Trần Danh Thùy, Hoàng Dược Thảo, Vọng Thanh, Trần Hoàng Vy, Trần Hạ Vi, Lưu Diệu Vân, Nguyễn Khôi Việt, Hoài Vũ, Đặng Xuân Xuyến, Hồ Xoa....

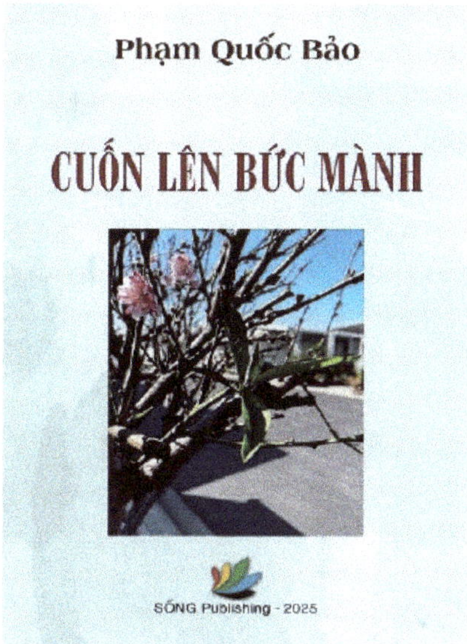

CUỐN LÊN BỨC MÀNH

• Hồi Ức • Tản Mạn • Thơ

Phạm Quốc Bảo

Hình bìa: Cây Hoa Đào trong vườn, tác giả ghi hình
Tác giả qua nét vẽ hai họa sĩ: Võ Đình, Nguyễn Thị Hợp
Hình chụp tác giả qua ống kính Colleen Vy Huỳnh
Thiết kế bìa và Dàn trang: Lê Giang Trần
Phụ trách in ấn - xuất bản: SỐNG Publishing
Sách dầy 202 trang

Trân trọng giới thiệu đến
quý tác giả và độc giả
Văn Học Mới

TRẢ LỜI THƯ TÍN

1/ Tòa soạn Văn Học Mới, xin chân thành cảm ơn quí thân hữu là Nhà thơ, Nhà văn, Nhà Phê Bình, Biên khảo đã hết lòng ủng hộ..

Rất cảm ơn quí vị đã vì yêu mến VHNT nên không chút lo ngại khi nhiệt tình mua báo dài hạn.

Một niềm hạnh phúc nồng nàn đầy chất khích lệ là gia hạn sự ủng hộ cũng như tiếp tục đóng góp bài vở thường xuyên ... của quí tác giả, quí mạnh thường quân...

Tòa soạn VHM cũng không quên cảm ơn quí vị mua tạp chí của chúng tôi trên Amazon, kể cả mua trong những nhà sách ...

1/Con đường “Lập Đức” của tạp chí VHM vẫn luôn là việc ưu tiên hàng đầu. Vì thế “tiếng thơm đồn xa”. Vẫn có lai rai thành viên mới cộng tác, cũng do từ anh em thành viên cũ có quá trình “làm ăn khấm khá với VHM nên giới thiệu cho bạn bè của họ!! Từ đó trong VHM số 20 kỳ đã bắt đầu gia tăng tác giả mua báo dài hạn

2/ VHM một mực thể hiện tình yêu thương quí trọng đến những tác giả đã một đời sống chết với Văn Học Việt Nam, đã để lại nhiều tác phẩm đóng góp.!! (Không phải riêng vì đã cộng tác với VHM mà chúng tôi mới làm số đặc biệt tưởng niệm ...) Mà là thể hiện sống theo đạo lý của dân tộc Việt mình là “Ăn trái nhớ kẻ trồng cây hay uống nước nhớ nguồn..

Có thể kể từ khi VHM ra đời, đã làm số đặc biệt tưởng niếm đến: (Số 2) tưởng niệm nhà thơ/ nhà biên khảo văn học Trần Văn Nam. (Số 6) tri ân nhà thơ/nhà văn/nhạc sĩ Nguyễn Đình Toàn. (Số 8) là số đặcbiệt coi như vinh danh Giai Phẩm Chủ Đề do nhà văn Nguyễn Trung Hối điều hành. (Số 10) tưởng niệm hai nhạc sĩ Nguyễn Hiền và Trầm Tử Thiêng. (Số 13) tưởng niệm Thi sĩ Giáo sư Trần Hồng Châu. Số 16) tưởng niệm nhà thơ Kim Tuấn... Và đến số 20, tưởng niệm nhà thơ/nhà văn Hoài Ziang Duy, một tác giả cộng tác đắc lực với tạp chí Văn Học Mới...Đến số 21 là số không chủ đề gì ...

3/ Trong trang Trả Lời Thư Tín thường kỳ, bổn báo xin giữ nguyên 2 phần trả lời 1& 2. Mục đích để có sự liên tục khi nói đến gồm có bao nhiêu số mà VHM đặc biệt tưởng niệm đến những VNS mà chúng tôi đã làm trong mấy năm qua. Chúng tôi sẽ thông báo trước ít nhất 2 số, về dự trù cho những số tiếp theo sẽ là số tưởng niệm và bài viết chuyên đề về Ký giả / Nhà văn / Thi sĩ Hoài Trinh (trong thời kháng chiến chống Pháp, có in trong cuốn “Thi Nhân Việt Nam Hiện Đại Quyển 1 - Do Phạm Thanh biên soạn - NXB Sống Mới 1959). Nhưng sau khi thảo luận với các nhà biên khảo thì bị trở ngại, bởi 1 lý do thiết yếu và duy nhất là Thi sĩ Hoài Trinh, dù nổi tiếng trong những thập niên trước của thời ông sinh hoạt, nhưng chí có nhiều bản thảo về truyện và thơ mà chưa bung ra đời bằng sách xuất bản. Từ đó kêu gọi người viết thì thiếu hẳn tài liệu. Chính vì thế chúng tôi sẽ tiếp tục tưởng niệm hay vinh danh những tên tuổi dưới đây:

Số 28 Vinh danh Nhà Văn Nguyễn Văn Sâm
Số 31 Tưởng niệm Nhà văn Nguyễn Xuân Hoàng
Số 32 Tưởng niệm Nhạc sĩ Đỗ Lễ
Số 33 Vinh Danh Nhà Thơ Hoàng Xuân Sơn
Số 34 Bắt đầu phát hành vào tháng 11.2024 - mỗi tháng ra 1 số báo ...

4/ VHM số 24 tưởng niệm Nhà văn Nguyễn Trung Hối

5/ Trong 2 tháng vừa qua, VHM làm hai số dồn một, tức là số "22 &23" thuộc số tháng 2 năm 2023 Xuân Quí Mão. Chính bổn báo cũng không ngờ rằng với chỉ mục đích là "Kỷ Niệm 5 Năm Phát Hành Văn Học Mới" thôi!! (Theo dự trù là nhắm giới thiệu sự nghiệp sáng tác của mỗi tác giả) nên dành nhiều trang để họ có dịp tỏ bày... Ngờ đâu rằng "phóng lao thì phóng theo lao" ... Số trang tăng vọt lên chưa từng có trong lịch sử của mọi thời, mọi tờ báo Văn Học. (tăng gần 8 trăm trang). Khiên tờ báo nặng ký như cuốn tự điển.... Phát hành xong, mỗi tác giả đều có trong tay, hẳn nhiên sự trố mắt nhìn và tóm tắt khen ngợi không tiếc lời!!

6/ Trong Văn Học Mối số 22 & 23 Xuân Quí Mão vừa qua, có số lượng tác giả gia hạn mua báo dài hạn cũng tăng đều đặn.... Bổn báo chân thành cảm ơn quí tác giả tích cực cộng tác với VHM và nhiệt tình ủng hộ báo dài hạn. Một hành động nhân quả tốt đẹp là một niềm khích lệ vô cùng lớn lao cho tờ báo thêm mạnh bước chân cứng đá mềm!!

7/ VHM số 27 & 28 đã công bố trước ngày bắt đầu của "Giải Thơ Văn Học Mới 2024" . Thật sự ngày tháng bắt đâu nhận bài là giữa tháng hai và kết thúc đến giữa tháng 5 > Tháng 6 mới công bố kết quả giải, nhưng từ khi bắt đầu công bố sớm trên VHM số 27, đã có hàng loạt người ở khắp nơi đã gửi bài dự thi trước rồi, Đó là một biểu hiện tích cực đầy lạc quan cho Giải Thơ mang tính đột phá và thăng hoa cho "dòng chảy VHNT" ở Hải Ngoại của chúng ta....Mãi cho đến VHM số 29 Xuân Giáp Thìn cận kề đến, số lượng người tham dự càng tiếp tục gia tăng hơn. Chúng tôi đang chuẩn bị đánh "số mật mã cho mỗi tác giả" để giữ công bằng và gửi đến mỗi giám khảo trong hội đồng chấm giải...

8/ Xin quý tác giả **LƯU Ý** , khi gởi bài cho Văn Học Mới - **Bộ mới phát hành mỗi tháng ra một số (1 Tháng / ra 1 số - "Nguyệt San Báo) :**
- Về thơ: Không quá 3 trang...
- Về Truyên ngắn: Không quá 12 trang, nếu hơn ... có thể đăng làm 2 kỳ)

BÀI VỞ GỞI VỀ VĂN HỌC MỚI:

Gởi sáng tác, xin kèm theo địa chỉ, tên thật (có thể), số phone và Email. Gởi đến Văn Học Mới xin vui lòng đừng gởi báo khác. ***Nay Văn Học Mới phát hành theo định kỳ mỗi tháng ra 1 số. Như vậy trong vòng 1 tháng sau đó mà không thấy đăng, thì quí vị có quyền đăng báo khác. Điều quan trọng Văn Học Mới muốn nhắn nhủ đến quí tác giả là: Chúng tôi không đăng bài đã: 1/Đăng trên Facebook. 2/ Hoặc bất cứ đâu. 3/ Không nhận bài vở viết tay...***

Văn Học Mới xin quí vị lưu ý: là tạp chí **không có qui định trả tiền nhuận bút cho bất cứ tác giả nào cộng tác.** *(Vì vậy, mỗi tác giả trong nước khi gởi bài đăng , dưới tác phẩm thơ / văn, ngoài bút danh với tên thật hay điện thoại là tốt... Nhưng xin đừng ghi như bên VN là CMND và tài khoản ..v..v..*

Bài vở đánh máy trên một mặt giấy. Xin dùng Microsoft Word với công cụ đánh chữ **Uni Code hay Unikey** là tốt nhất. Nên dùng Font chữ thông dụng nhất là **Time New Roman.** *Bài vở không đăng chúng tôi không gởi trả lại. Theo nguyên tắc chờ một số mà không thấy đăng, số kế tiếp nếu có đăng thì chúng tôi sẽ thông báo, để quí vị không đăng báo khác...*

TẠP CHÍ VĂN HỌC MỚI
PHÁT HÀNH 12 SỐ /NĂM
BẮT ĐẦU SỐ 34 / PHÁT HÀNH VÀO THÁNG 11/2024

NHẬN BÀI TỪ NGÀY 1 ĐẾN NGÀY 15
NẾU AI GỬI TRỄ - SẼ DỜI LẠI SỐ SAU

Gửi bài vở cho tạp chí Văn Học Mới theo 3 hộp thư:
vanhocmoi4@gmail.com
tapchivanhocmoi.tho@gmail.com
ntlthu1016@gmail.com

Ngân phiếu/ chí phiếu mua báo dài hạn, xin đề:
HA NGUYEN
10291 Arundel, Ave
Westminster, CA 92683 - USA

Một cách rất tiện lợi và nhanh nhất là gởi trả qua công cụ có sẵn trong mỗi. ngân hàng là ; Zelle. (khi tác giả nào cần trả qua Zelle hãy email trước cho biết , sẽ cho số phone , kèm theo tên Ha Nguyen nữa là xong.

GIÁ BIỂU BÁO DÀI HẠN 12 SỐ / NĂM

HOA KỲ / MỘT NĂM / $ 240.00 . HAI NĂM $ 460.00

MUA______/ NĂM

CANADA / AUSTRALIA / PHÁP / ĐỨC
MỘT NĂM $ 280.00 . HAI NĂM / $540.00

MUA______/ NĂM

GIÁ BÁN TẠI CÁC NHÀ SÁCH US $20.00

GIÁ BIỂU BÁO DÀI HẠN 12 SỐ / NĂM

HOA KỲ / MỘT NĂM / $ 240.00 . HAI NĂM $ 460.00

MUA______/ NĂM

CANADA / AUSTRALIA / PHÁP / ĐỨC
MỘT NĂM $ 280.00 . HAI NĂM / $540.00

MUA______/ NĂM

GIÁ BÁN TẠI CÁC NHÀ SÁCH US $20.00

GIÁ BIỂU BÁO DÀI HẠN 12 SỐ / NĂM

HOA KỲ / MỘT NĂM / $ 240.00 . HAI NĂM $ 460.00

MUA______/ NĂM

CANADA / AUSTRALIA / PHÁP / ĐỨC
MỘT NĂM $ 280.00 . HAI NĂM / $540.00

MUA______/ NĂM

GIÁ BÁN TẠI CÁC NHÀ SÁCH US $20.00

Chúng tôi NHẬN in ấn tác phẩm thuộc VHNT

NHÀ XUẤT BẢN VĂN HỌC MỚI

Phát hành toàn cầu qua hệ thống Amazon.
Sẽ giao đến tận nhà quí vị. Trên
tinh thần ủng hộ quí Văn Nghệ Sĩ
và thân hữu trong giới sáng tác
Liên lạc Hà Nguyên Du

vanhocmoi4@gmail.com
tapchivanhocmoi.tho@gmail.com
ntlthu1016@gmail.com

Ảnh bìa: Thiếu Nữ và Âm Nhạc - Tranh của Họa sĩ Hồ Thành Đức`

Trình bày Bìa & Nội dung: HÀ NGUYÊN DU

*

www.ingramcontent.com/pod-product-compliance
Lightning Source LLC
LaVergne TN
LVHW050912210926
848482LV00012B/410